வசந்தகால நதிகளிலே...

தேனி கண்ணன்

டிஸ்கவரி புக் பேலஸ்

கே.கே.நகர் மேற்கு, சென்னை - 600 078.

(பாண்டிச்சேரி கெஸ்ட் ஹவுஸ் அருகில்)

Ph: 044-6515 7525 Mobile: +91 87545 07070

வசந்தகால நதிகளிலே (கட்டுரைகள்)
ஆசிரியர்: தேனி கண்ணன்©

Vasanthakala Nathikalile (Essays)
Author: Theni Kannnan©

Publisher: Discovery Book Palace (P) Ltd.
First Edition: June - 2016
Pages: 128 - ISBN: 978-93-84301-90-3
Cover Design: Sakthi
Book Design: R.Prakash

Discovery Book Palace (P) Ltd,
6, Mahaveer Complex, Munusamy Salai,
K.K.Nagar West,Chennai-600 078.
Ph: +91 - 44-6515 7525
Mobile: +91 87545 07070

E-mail: **discoverybookpalace@gmail.com,**
Website: **www.discoverybookpalace.com**

Rs. 110

உண்மை, உழைப்பு, உற்சாகம் நிறைந்த
திரு.கல்யாணம் (பிரசாத் ஸ்டுடியோ) அவர்களுக்கு...

ஞாபக நதி

எல்லா மனிதர்களின் வாழ்க்கையையும் பின்னோக்கிப் பார்த்தால், கடந்து வந்த பாதையில் நடந்தேறிய சம்பவங்களில் ரசனைக்குரிய பல விஷயங்களை சந்திக்கமுடியும். இதற்கு சாமானியர்கள், ஜாம்பவான்கள் என்ற எந்தவித பாகுபாடும் கிடையாது.

இது ஒரு சாமானியன் சந்தித்த அனுபவங்களின் புத்தகம். இங்கே தவறுகள், தடயங்கள், துயரங்கள், உறவுகள், என்று எல்லாவிதமான உணர்ச்சிகளும் உள்ளடங்கியிருக்கும்.

நான் பத்திரிகை பணியிலிருந்து விலகியிருந்தபோது எனக்காக ஒரு இணையதளத்தைத் தொடங்கி என்னை எழுதவைத்தார் திரையுலகமே திரும்பிப்பார்க்கும் மாமனிதர் திரு.கல்யாணம் அவர்கள்(பிரசாத் ஸ்டுடியோ). அப்போது எழுதப்பட்ட கட்டுரைகள்தான் இவை. என் வளர்ச்சியில் எப்போதும் அக்கறையோடு இருக்கும் ஆசான் கவிவேந்தர் மு.மேத்தா அவர்களின் ஆரம்பகால ஆதரவை மறக்கமுடியாது.

சிரமமான ஒருகட்டத்தில் எனக்கு ஆதரவு தந்து என்னை கருணையுடன் காத்த இசைஞானி இளையராஜா அவர்களுக்கு நன்றியை உரித்தாக்குகிறேன்.

இந்த கட்டுரைகள் புத்தகமாக உருப்பெற உதவிய சுந்தரபுத்தனின் அன்பை மறக்க முடியாது. இந்த அனுபவக் கட்டுரைகளை வாசித்து முடித்தவுடன் உங்களுக்கு புது அனுபவத்தைத் தந்திருக்கும் என்பது நிச்சயம்.

பிழை திருத்தம் செய்துகொடுத்த திரு.மார்டின் அவர்களுக்கும், அட்டையை அழகுற வடிவமைத்த தம்பி சக்தி அவர்களுக்கும், இக்கட்டுரைகள் நூலாக உங்கள் கைகளில் தவழ காரணமான 'டிஸ்கரி புக் பேலஸ்' வேடியப்பன் அவர்களுக்கும் நன்றி.

தேனி கண்ணன்

உள்ளே...

1.	பண்ணைப்புரமும் சென்னைப்புரமும்	9
2.	காற்றெல்லாம் அப்பாவின் வாசம்	13
3.	கருப்பசாமி தோப்பும் ஒரு கவிதையும்	16
4.	பாஸ் (எ) பாசக்காரன்	18
5.	கானல் வரிக் கவிதைகள்	25
6.	பெருந்தகையின் பெருந்தொகை	30
7.	சிலோன் விஜயேந்திரன்	34
8.	பாசத்திற்குரிய பாலு சார்	38
9.	கவிவேந்தரும் கமல்ஹாசனும்	43
10.	தங்கத்தில் முகமெடுத்த முத்துலிங்கம்	46
11.	சின்னக்கண்ணனும் பாலமுரளியும்	54
12.	மாற்றம் விரும்பிய ரஜினி	57
13.	நான் எம்.ஜி.ஆர்னா யாரு சரோஜாதேவி ? வாலி...	61
14.	கமலை வியக்க வைத்த கலைஞன்	65
15.	இசைஞானி இளையராஜா பேட்டி	69
16.	“எங்களுக்கெல்லாம் உயிர் கொடுத்தீங்களேண்ணா” எம்.ஸ்.வி–இளையாராஜா	73
17.	“என் பின்னால் வராதீங்க”–ரஜினியின் கோபம்	75
18.	சின்னக் கலைவானர் விவேக்	80
19.	தலைவரின் தரிசனமும் தலயின் கரிசனமும்	85
20.	ஷங்கருக்கு கை கொடுத்த ரஜினி	92
21.	கண் சிவந்த எம்.ஜி.ஆர்	96
22.	மீடியாக்களின் பொறுப்பும், கே.பியின் இறப்பும்	101

23.	சும்மா வந்ததல்ல சூப்பர் ஸ்டார் பட்டம்	104
24.	கந்தன் குரலே உந்தன் குரல்	109
25.	கண் கலங்கிய ரஜினி-கட்டிக்கொண்ட இசைஞானி	112
26.	தலையும் தலைமை பண்பும்	116
27.	சிரிப்பு வைத்தியர் வடிவேலு	120
28.	நாச்சிக்குப்பத்தில் பிறந்த ரஜினி நாடாளக்கூடாதா?	123
29.	இளையராஜா சொன்ன குபேர ரகசியம்	126

பண்ணைப்புரமும் சென்னைப்புரமும்

நான் பள்ளியில் படித்துக்கொண்டிருந்த நேரம் அது. இப்பலாம் எம்புள்ளய அடிச்சிட்டாரு, உன் புள்ளய அடிச்சிட்டாருனு வாத்தியார் மேலயே வழக்குப் போடுறாங்க. பழனியப்பா வித்யாலயம் பள்ளியில் ஐந்தாவது படிக்கும் போது ரெண்டு மாசத்துக்கு ஒரு தடவை ஒரு ஆள் ஸ்கூலுக்கு வருவார். அந்த ஆளை பார்த்தாலே நெஞ்சுக்குள்ள 'கெதுக்'னு இருக்கும். காரணம் அவர் கையில வெச்சிருக்குற மூங்கில் குச்சி கட்டு. ஒரே அளவா வெட்டப்பட்டு பெருத்த பென்சில் போல இருக்கும். இந்த இளம் மூங்கில்கள் கம்பம் பள்ளத்தாக்குப் பகுதியில் தான் அதிகம் வளரும். (இங்குதான் இசைஞானியும் முதன் முதல் புல்லாங்குழல் செய்ய மூங்கில் எடுத்தார் என்பதையும் குறிப்பிட வேண்டும்.)

ஒரு கணுவுக்கும் இன்னொரு கணுவுக்கும் ஒரு ஜான் இடைவெளி விட்டு வளர்ந்த மூங்கில்களை இளம் பருவத்தில் வெட்டி அதை பக்குவமாக அனலில் வாட்டி அந்த குச்சியின் மேல் பழுக்கக் காய்ச்சிய கம்பியால் அழகாக படம் வரைந்து கொண்டுவருவார்கள். 'அடிக்கப் போற குச்சிக்கு அலங்காரம் வேறயா'னு நாங்கெல்லாம் பீதியோடு பார்த்துக் கொண்டிருப்போம். வாத்தியார் டீச்சரெல்லாம் பேரம் பேசி குச்சிகளை ஆளுக்கொன்றாக வாங்குவார்கள். நுங்கு, தேங்காய் இறக்கி விற்கும் அந்த ஆள் எங்கள நொங்கெடுக்குறதுக்கும் ஒரு வேலை பார்த்தாரு. அந்த மூங்கில் குச்சிக்கு 'மணிப்பிரம்பு'னு பேர். ஓங்கி உள்ளங்கையில அடிச்சா உச்சந்தலயில கிர்ருன்னு கரண்ட் அடிக்கும். இது இப்ப தப்பா தெரியலாம்,. ஆனால் என்னை பொருத்தவரைக்கும் வாத்தியார்கிட்ட அடி வாங்கலைன்னா அவன் வாழ்க்கையில அடி வாங்க வேண்டியிருக்கும்னுதான் சொல்லுவேன்.

ஒருநாள் பள்ளிக்கூடத்திலிருந்து எல்லோரையும் வரிசையாக ரெண்டு ரெண்டு பேராக நிற்க வைத்து வெளியே அழைத்துப் போனார்கள். எங்கே போகிறோம் என்பது தெரியாமல் அத்தனை பேரும் போகிறோம். பழனிசெட்டி பட்டி என்கிற என் ஊரின்

ஒதுக்குப் புறமாக இருக்கும் ராஜ் சினி பேலஸ் தியேட்டரின் முன்பு போய் நின்றோம். 'ஒருதலை ராகம்' படத்தின் போஸ்டர் ஒட்டியிருக்கிறது. மாணவர்கள் மத்தியில் பயங்கர கூச்சல் ஆரவாரம். பள்ளிக்கூடமே ஒரு காதல் படத்தைப் பார்க்க அழைத்துச் சென்றதற்கு காரணமும் இருந்தது. தேனியில் மையப்பகுதியில் இருந்த தியேட்டர்களெல்லாம் வாங்க மறுத்ததால் கிராமத்தின் ஒதுக்குப்புறமாக இருந்த ராஜ் தியேட்டரில் படம் வெளியாகி 120 நாட்கள் ஹவுஸ்ஃபுல் காட்சிகளாக ஓடிக்கொண்டிருந்தது.

படத்தில் அப்படி என்னதான் இருக்கு என்கிற ஆர்வமும் தியேட்டர் முதலாளியின் அழைப்பும் இந்த படத்திற்கு வரவழைத்திருந்தது. படம் ஆரம்பித்து ஒவ்வொரு பாடலுக்கும் செம ரெஸ்பான்ஸ். 'கடவுள் வாழும் கோவிலிலே கற்பூர தீபம்' பாட்டு பயங்கர கரவொலிக்கு மத்தியில் ஓடியது. எனக்கு மட்டும் பாடலை ரசிக்க முடியவில்லை. வேறன்ன? இளையாராஜாவின் ரசிகன் நான்.

வீட்டில் இளையராஜாவின் போட்டோவை ஒட்டி வெச்சும், எப்பப் பார்த்தாலும் அப்போ ரிலீஸான பாடல்களையும் முணுமுணுத்துக்கொண்டும் இருப்பேன். அதனால் டி. ஆர். பாடல்கள் இவ்வளவு வரவேற்பு பெற்றதை என்னால் தாங்கிக் கொள்ள முடியல. மணிப்பிரம்பின் உதவியால் வரிசை மாறாமல் பள்ளி வந்து சேர்ந்தோம். யார் யார் படம் பார்க்கும் போது பேசினார்களோ அவர்களுக்கெல்லாம் மணிப்பிரம்பு மரியாதை நடந்தது. கொஞ்ச நாள் வரைக்கும் எல்லா பயல்களும் வாய்க்கு முன்னால கையை குவிச்சு வெச்சுக்கிட்டு (மைக்காம்)'வாசமில்லா மலரிது வசந்ததை தேடுது'னு க்ளாஸ் ரூமிற்குள் பாடிக்கிட்டு திரிஞ்சானுங்க. நான் ராஜாவின் ரசிகன்னு தெரிஞ்சு சில பசங்க வேணுமின்னு வெறுப்பேத்த 'நான் ஒரு ராசியில்லா ராஜானு பாடி கடுப்பேத்துனானுங்க. பதிலுக்கு நானும் ராஜா சார் பாடலை பாடுவேன். இந்த எசப்பாட்டு நடந்துகொண்டிருந்தபோது தான் ராஜா சார் பண்ணைப் புரத்திற்கு இசைக் கச்சேரி நடத்த வரப்போறதா செய்தி வந்து ஊரே பரபரப்பா இருந்தது. அங்கங்கே பேனர்களில் ராஜா சார் சிரிச்சுக்கிட்டும் மியூசிக் வாசிச்சுக்கிட்டும் இருந்தார். ஒவ்வொரு ஃப்ரண்ட்ஸா கூட்டிட்டுப் போய் பேனர் முன்னால நின்னுகிட்டு வெச்ச கண் வாங்காமல் ராஜா சாரையே பார்த்துகிட்டிருப்போம்.

பண்ணைப்புரத்துல கச்சேரி நடத்துறதுக்காக வரும் போது எப்படியாவது அவரை தூரத்திலிருந்தாவது பார்த்திடணும்னு

நானும் ஃப்ரண்ட்ஸும் முடிவு பண்ணினோம். எங்க ஊர்லருந்து பண்ணைப்புரத்திற்கு 30 பைசா (இப்போது 21 ரூபாய்) எப்படி காசு சேர்க்குறது, அன்னைக்கு பள்ளிக்கூடத்துக்குப் போகாமல் எப்படி லீவு போடுறதுன்னு வீட்டுக்கு தெரிஞ்சிடுமேன்னு எல்லாருக்கும் குழப்பம். பயம். ஆனால் போறதில் எந்த மாற்றமில்லை. அந்த நாளும் வந்தது. தேனியிலிருந்து பண்ணைபுரத்திற்கு ஸ்பெஷல் பஸ் விடப்பட்டிருந்தது. போதாத குறைக்கு வண்டிகட்டி வேற மக்கள் கூட்டம் போய்கிட்டிருந்தது. கச்சேரி நடத்த கத்திரிக்காய் தோட்டத்தையும், பனை மரங்களையும் அழித்து மைதானம் தயார் செய்யப்பட்டிருந்தது. பஸ்ஸெல்லாம் இளவட்ட பசங்களோட ஆரவாரம். பஸ்ஸுக்கு வெளியே குழாய் ரேடியோவை கட்டிக்கிட்டு 'நான் தான் சகலகலா வல்லவன் இளமை இதோ இதோ'னு அலற விட்டுப் போனார்கள்.

கச்சேரி நடக்குற காலையிலிருந்தே விழா மூட் தேனியிலிருந்து குமுளி வரை பரவிகிடந்தது. ஆனால் எங்க டீமுக்கோ கச்சேரி பார்க்க போக பத்து காசு கூட பெயரல. இன்னைக்கு ஸ்கூலுக்குப் போறதா இல்லையான்னு நாலு பேரும் மீட்டிங் போட்டோம். மதியத்துக்கு மேல சொல்லாமல் கொள்ளாமல் ஸ்கூலை விட்டு வெளியேறுவது என்று ஏக மனதாக முடிவானது. எல்லாம் சரி காசு? நாலு பேருக்கும் சேர்ந்து 1. 20 காசு வேண்டுமே. நேரம் ஆக ஆக பதட்டம் ஆனது. பஸ்ல போற கூட்டம் வேற பாட்டப்போட்டு உசுப்பி விட்டு போனபடி இருந்தது.

கடைசியில் வித் அவுட்ல போகலாம்னு முடிவானது. கூட்டத்துல டிக்கெட் கேட்கவா போறாரு என்கிற மெத்தனத்துல நாலு பேரும் ஏறிட்டோம். வீரபாண்டி, கோட்டூர், சின்னமனூர், உத்தமபாளயம் வந்ததும் பஸ் வரிசையா ரோட்லயே நின்றிருந்தது. அவ்வளவு ட்ராபிக். மெதுவாக நகர ஆரம்பித்தது. அந்த நேரம் பார்த்துதான் பஸ்ஸில் செக்கிங் நடந்தது. நான் பின் பக்கம் என் நண்பர்கள் மூவரும் முன்பக்கம்... நான் இருக்கும் வழியாக ஏறிய செக்கர் முதலில் என்னிடம் டிக்கெட்டை கேட்க, அப்பறம் என்ன... கழுத்தச்சேர்ந்து அடிச்சு இறக்கி விட்டார்கள். எனக்கு அப்போதைக்கு அடி விழுந்தது கூட தெரியல. எப்படியாவது கச்சேரிக்கு போயாகணுமேங்கிற பதட்டம் தான் இருந்தது.

ஆனால் கச்சேரி ஆரம்பித்திருந்தது கூட்டத்திற்குள் நுழைந்து போவதற்கு பயமும் தயக்கமும் வந்து ஊருக்குத் திரும்ப முடிவெடுத்தேன். நிகழ்ச்சியின் முதல் பாடலாக 'வந்தனம் வந்தனம் வந்த சனமெல்லாம் குந்தனும் குந்தனும்' என்ற ஆண்பாவம்

படப் பாடல் ஒலிக்க ஆரம்பித்தது எனக்கு மனசு வலிக்க ஆரம்பித்தது. பாளயத்திலிருந்து என் ஊரான பழனிசெட்டி பட்டிக்கு 14 கிலோமீட்டர். நட நடன்னு நடந்தே வீடு வந்து சேர்ந்தேன். என் நண்பர்கள் மட்டும் எப்படியோ கச்சேரிக்கு போய் விட்டார்கள். மறுநாள் கச்சேரி பார்க்க முடியலன்னு வெளிய சொல்ல முடியாமல் 'நானும் பார்த்தேன்'னு பொய் சொல்லிகிட்டு திரிஞ்சேன்.

பிரசாத் ஸ்டுடியோவில் ராஜா சார் கவிஞர்களுக்கு விருந்து கொடுத்து விட்டு எல்லோரும் ஹாலில் அமர்ந்து பேசிக் கொண்டிருந்தார்கள். புலவர் புலமைப்பித்தன் அவர்கள் "இப்படி கவிஞர்களை நீங்கள் சந்தித்த நிகழ்ச்சி எங்கள் வாழ்க்கையிலும் மறக்க முடியாத நாள்" என்றார். உடனே ராஜா சார், "எல்லாம் இவனோட ஐடியாதான். எப்படி அவனுக்கு இந்த யோசனை வந்ததுன்னு தெரியல" என்றார். அந்த நிமிடங்கள் எனது வாழ்க்கையில் முக்கியமான நிமிடங்களாக இருந்தது.

அதே போல இசைஞானியின் நூல் வெளியீட்டு விழா நடந்த விழா மேடையில் சர்ப்பரைசாக இசைஞானி கையால் எனக்கு பொன்னாடை போர்த்த பெயர் வாசிக்கப்பட்டபோது "அட உனக்குமாய்யா" என்று சிரித்துக் கொண்டே போர்த்தி விட்டார். பணிபுரியும் நிறுவனத்தில் ஸ்பெஷலாக இப்படி ஒரு மரியாதை கிடைப்பது அபூர்வம். அந்த மரியாதையை குமுதம் எனக்குக் கொடுத்தது. இது நேரடியாக எனக்கு கிடைத்த மரியாதை என்பதை விட இசைஞானிக்காக எனக்கு தரப்பட்ட அந்தஸ்து என்றே எடுத்துக் கொள்கிறேன்.

* * *

காற்றெல்லாம் அப்பாவின் வாசம்

தஞ்சை. என் நிர்வாண காலத்து நாட்களின் நினைவிடம் இங்கேதான் இருக்கிறது.

பக்கத்து வீட்டு முருகேசன் ஐயா, எதிர்வீட்டு திராவிடமணி. நான் பள்ளிக்கூடம் போக இவர்தான் காரணம். அடம்பிடித்தால் புளியம்விளாரை எடுத்து விளாசு விளாசுன்னு விளாசுவார்.

எனக்கு ஐந்து வயதில் விவரம் தெரிந்து நான் பார்த்தபோது கட்டிலில் படுத்த படுக்கையாகக் கிடந்தார் அப்பா. தஞ்சாவூரில் கருப்பையா அம்பலகார தெருவில்தான் எங்கள் வீடு இருந்தது. தெருவே ஒரு வீடு போலதான் இருக்கும் ஒருவருக்கொருவர் அப்படி ஒரு பாசம். பொங்கலோ தீபாவளியோ எல்லாமே தெருவே சேர்ந்து பொது இடத்தில்தான் கொண்டாடுவோம்.

அந்நாளில் செங்கமலாச்சி, சியாமளாதேவி அம்மன் திருவிழா நடக்கும். அக்கா தங்கையாக வடிவமைக்கப்பட்ட இந்த சிறு தெய்வ வழிபாட்டில் இரண்டு தெயவங்களையும் தத்ரூபமாக வேடம் தரித்து வருவார்கள். அக்கா செங்கமலாச்சியை முன்னால் போக விட்டுதான் தங்கை தெய்வம் வரவேண்டும், இதை மீறும்போது செங்கமலாச்சி தன் கையில் இருக்கும் சூலாயுதத்தால் சியாமளாதேவியை தடுப்பார். அப்போதெல்லாம் பக்தர்கள் குலவை ஒலி எழுப்புவார்கள்.

எங்கள் வீட்டுக்குப் பக்கத்தில் இருக்கும் மைதானத்தில் இளவட்டங்கள் கோலாட்டம் ஆடிக்கொண்டிருப்பார்கள். அந்த சப்தத்திற்கு தகுந்த பாடலை ஒருவர் பாடிக்கொண்டிருப்பார்.

சீர் வளரும் தஞ்சை நகர் சிறந்த முத்துமாரி–எங்கள்

சீர்கூட்ட வேண்டுமம்மா தஞ்சை நகர் காளி"

என்று ஒலிக்கும் அந்தப் பாடல் காவடி சிந்து ராகத்தில் அமைந்திருக்கும். அந்தச் சூழலே ரம்மியமாக இருக்கும்.

எனக்கு நெருக்கமாக இருந்தது அம்மாவும் அம்மாவின் தோழிகளின் பாசமும்தான். அதுவும் வேதாரண்யத்தில் செவிலியராகப் பணியாற்றிய வேலம்மாத்தாவின் பாசம் பலஜென்மங்களுக்கும் தொடரும். என் அம்மாவின் இடுப்பில் இருந்ததைவிட வேலம்மா ஆத்தாவின் இடுப்பில் இருந்ததுதான் அதிகம்.

அப்பாவை பற்றி சில நினைவுகள்தான் இப்போதும் இருக்கிறது அந்த தெருவில் இருந்த ஆலமரத்தடி பிள்ளையார் கோவிலில் உள்ள விநாயகரை அப்பா குளிப்பாட்டி அலங்காரம் செய்யும் வரைக்கும் பக்கத்தில் இருக்கும் பாலக்கட்டையில் உட்கார்ந்திருப்பேன். பிறகு அவர் பக்கத்தில் இருக்கும் கடையில் எதோ இனிப்பு பண்டம் வாங்கிக் கொடுத்து விட்டுக்கு கூட்டி வருவார்.

ஒரு முறை வேதாரண்யத்தில் கடும்புயல் மையம் கொண்டு அது தஞ்சையையும் பாதித்திருந்தது. காற்றின் வேகத்தில் எங்கள் வீட்டுக்குப் பக்கத்திலிருந்த பெரிய பூவரச மரம் சாய்ந்து வீட்டின் மேல் விழுந்தது. நல்ல வேளையாக பக்கத்து வீட்டு சுவற்றின் மீது ஒரு கிளை விழுந்ததால் பாதியிலேயே நின்றது. அன்று அப்பா படுத்திருந்த கட்டிலுக்கு எதிரே அம்மா குத்துகாலிட்டு உட்கார்ந்திருக்க, அம்மாவின் மடியில் நான் பதுங்கியிருந்தேன். எனக்கு இடி இடித்தால் பயம். எனக்காக அம்மா 'அர்ஜுனன் பேர்பத்து' என்று முனகிக்கொண்டிருப்பாள்.

இந்த ஒரு சம்பவம்தான் எனக்கும் அப்பாவுக்குமான நினைவு கூரும்படியாக இருக்கிறது.

அவர் இறந்து தகனம் செய்ய தெரு ஆட்கள் எல்லோரும் இடுகாட்டிற்குச் சென்றிருந்தனர். அம்மா, வீட்டுக் கூடத்தில் உட்கார்ந்து அழுது கொண்டிருந்தார். பக்கத்தில் சில உறவினர்கள். நான் அப்பாவை கிடத்தி வைத்திருந்த ஈரமான மரபெஞ்சில் உட்கார்ந்து விளையாடிக்கொண்டிருந்தேன். அப்போது யாரோ என்னைப்பார்த்து கத்திக்கொண்டு வந்தார், "அப்பாவுக்குக் கொள்ளி வைக்க வேண்டிய குட்டிப்பய இங்க இருக்கான் பாருங்க" என்றது அந்தக் குரல். வீட்டுக்குள்ளிருந்து தலைமுடியை அள்ளி செருகியபடி பதட்டத்தோடு வெளியே வந்து பார்த்த என் அம்மா, "ஐயோ என் புள்ளைய கூட்டிட்டு போங்களேன்" என்று பதறினார்.

பக்கத்து வீட்டிலிருந்த முருகையன் தாத்தா மகள் நிறைமதி அக்கா அம்மாவிடமிருந்து என்னை வாங்கி தூக்கி தோளில்

14 ● வசந்தகால நதிகளிலே

வைத்துக்கொண்டு ஓட்டம் எடுக்க ஆரம்பித்தார். பனைமர தோப்பை கடந்து ரயில்வே ரோட்டை தாண்டி குறுக்குவழியில் ஓடி என்னை சரியான நேரத்துக்கு தகன மேடைக்கு கொண்டு சென்றார். என்னை சுமந்தபடியே ஓடியபோதுதான் எனக்கு தெரிந்து, இடுகாட்டிற்கு பெண்கள் வரக்கூடாது என்ற மரபை உடைத்த புரட்சிக்காரியாக தெரிந்தது நிறைமதி அக்காதான். நான் வைத்த கொள்ளியில் எனக்குக் கிடைக்கவேண்டிய அப்பாவின் வாசமெல்லாம் புகையாக காற்றில் கலந்தது.

ஒவ்வொரு நொடியிலும் என் பப்புவின் பிஞ்சு விரல் பிடித்துக்கொண்டே காற்றில் என் அப்பாவின் வாசத்தை தேடிக்கொண்டிருக்கிறேன்.

கடந்த சில ஆண்டுகளுக்கு முன் தஞ்சாவூர் சென்றிந்த போது நாங்கள் குடியிருந்த கருப்பையா அம்பலகார தெருவிற்கு சென்றிருந்தேன். நான் ஐந்து வயதில் பார்த்த அதே பாசக்கார மனிதர்கள் சூழ்ந்து என்னை அடையாளம் பார்த்து கண்கலங்கி கட்டிக்கொண்டனர் வேலம்மாத்தா உடல் மெலிந்து துணியோடு துணியாகத் துவண்டு கிடந்தார். அவரது நாட்கள் எண்ணப்பட்டுக்கொண்டிருந்தது. நான் வந்திருப்பதை உணரும் நிலையில் அவர் இல்லை.

அப்போதெல்லாம் அன்பு பாசத்தால் ஒரு தெருவே வீடாக இருந்தது. இன்று அன்பு பாசமெல்லாம் வீட்டை விட்டு தெருவில் நிற்கிறது...

அப்பா இல்லாததன் துயரத்தை இப்போது வரைக்கும் அனுபவித்து வருகிறேன்.

* * *

கருப்பசாமி தோப்பும் ஒரு கவிதையும்

என் கிராமமான பழனிசெட்டிபட்டி தேனிக்கு அருகில் உள்ளது. அதிகாலை வேளையில் முல்லையாற்றில் குளிக்கப்போவதென்பதே குஷியான அனுபவம்தான்.

அதுவும் ஆற்றோரம் உள்ள வயல் வெளிகளில் முழங்கால் வரை வளர்ந்த பயிர்களை விலக்கி விட்டு வரப்பில் நடப்பது சுகமாக இருந்தாலும் பயமாகவும் இருக்கும். காரணம் பனி பொழிந்து வரப்பெல்லாம் ஈரமாக இருக்கும். வழுக்கி விழவும் செய்யும். நம் கால்மிதி சப்தத்தில் ஓர வரப்பில் இருந்த நண்டுகள் சலப்பென்று வயலுக்குள் ஓடுவது அழகு. பின்னால் வரும் என் நண்பன் பிராசாத் "எத்த மொக்க நண்டு பார்ரீ.." என்று அதிசயத்து அதை பிடிக்க வயலுக்குள் ஒற்றைக்காலை வைத்து பாய்வான். ஆற்றங்கரையில் புளிய மரங்களோடு பனைமரத்தோப்பும் உள்ளே கருப்பசாமி கோவிலும் பார்க்க பரவசமாக இருக்கும்.

அங்கு ஒரு தடுப்பணை உள்ளது. இந்த அணைதான் அங்குள்ள வயல் வெளிகளுக்கு தண்ணீரை தாய்ப்பாலாக தந்து கொண்டிருந்தது. பள்ளியில் படிக்கும் போது விளையாட்டு மணி நேரத்திலும், விடுமுறை நேரத்திலும் அணையிலும் பக்கத்திலிருந்த பிரமாண்டமான ஆல மரத்தின் கீழேயும் தான் நேரம் போகும். அப்போதெல்லாம் ஆற்றின் இரு கரையும், இருக்கிறதா... என்று தேடும்படி தண்ணீர் ததும்பிக்கொண்டு ஓடும்.

சமீபத்தில் ஊருக்கு போயிருந்த போது ஒரு நாள் பழைய பாசத்தில் நண்பர்களோடு ஆற்றுப்பக்கம் போனேன். வயல், வரப்பு, கருப்பசாமி தோப்பு என்று சுற்றி விட்டு அணைப் பக்கம் வந்தோம். ஆற்றைப் பார்க்கவே பரிதாபமாக இருந்தது. பல நாள் கழித்து தோண்டி எடுக்கப்பட்ட பிணத்தின் எலும்புகளும் பற்களும் துருத்திக்கொண்டிருப்பது போல ஆற்றின் பெரும் பெரும் பாறைகள் துருத்திக்கொண்டிருந்தன. அணையிலிருந்து நுரைபொங்க பாய்ந்த தண்ணீரிலிருந்து எழுந்த புகை இப்போதில்லை. இது அணையும்

வசந்தகால நதிகளிலே

ஒரு நாள் அணையும் என்பது போலிருந்தது. தாயில்லாத பிள்ளையின் நிலை போல தண்ணீரில்லாத ஆற்றை பற்றி கவலையோடு பேசிக்கொண்டே நடந்தோம். நண்பன் ஒருவன் காலில் மணலில் புதைந்திருந்த சிறு பாறை தட்டுப்பட்டது. பார்க்க சற்று வித்தியாசமாகத் தெரிந்த அந்தப் பாறையை மணலை விலக்கி எடுத்தோம். அது தலைகீழாக புதைந்திருந்த ஒரு சிவலிங்கம். ஆற்றில் அடித்து வரப்பட்டிருந்தது. ஆவுடை ஒரு பகுதியில் உடைந்திருந்த அந்த லிங்கத்தை நண்பன் கணேசன் தூக்கி பக்கத்திலிருந்த பிரமாண்டமான ஆலமரத்தடியில் வைத்து கொண்டுவந்திருந்த குற்றாலத் துண்டை லிங்கத்தைச் சுற்றிக் கட்டிவிட்டான்.

கருப்பசாமி கோவிலிலிருந்து கொண்டு வரப்பட்ட விபூதி, குங்குமத்தை லிங்கதிற்கு பூசி விட, எங்கோ கேதார் நாத் பகுதியிலிருப்பதைப் போன்று சிலிர்க்க வைத்தது லிங்கம். அப்படியே பார்த்துக்கொண்டிருந்த போதே நண்பன் கணேசன் "நான் லிங்கத்தைத் தூக்கி மரத்தடியில் வெச்சிட்டேன். அவன் துண்டு கட்டி விட்டுட்டான். நீ எதையாவது செய். இல்ல... ஒரு கவிதையாவது எழுதி குடு' என்று கேட்டான். ஆன்மீக அமானுஷ்யம் பரவியிருந்த அந்த நேரத்தில்,

நினையாதிருப்பவர் நெஞ்சத்தில் கூட

துணையாய்வந்து துயர்தனை களையும்–முல்லை

அணையால் வந்த சிவனே போற்றி!

கவிதையை படித்த நண்பர்கள் நன்றாக இருப்பதாகச் சொல்லி மகிழ, கணேசன் அதை ஒரு தகரத்தில் சுண்ணாம்பால் எழுதி மரத்தில் கட்டிவிட்டான். இது நடந்து சில வருடங்களாகி விட்டது.

சில வாரங்களுக்கு முன் நண்பன் ஒருவன் செல்லில் பேசினான். பேச்சுவாக்கில் லிங்கத்தை பற்றி கேட்டேன் "அதுவா... நீங்க எழுதி வெச்சுட்டு போன அடுத்தவாரமே ஆத்துல தண்ணி வந்து லிங்கமும் போயிடுச்சு... உன் கவிதையும் போயிடுச்சு. இப்பவும் ஆத்துல தண்ணி போகுது. அதனால கவிதை எழுதலாம்னு ஊரு பக்கம் வந்துராத" என்று போனை துண்டித்தான்.

* * *

பாஸ் (எ) பாசக்காரன்

இரவு பன்னிரண்டு மணி பல்லாவரம் துரைப்பாக்கம் ரேடியல் ரோடு முழுக்க இருள் கவிழ்ந்து கிடந்தது. அந்த இருட்டுக்கு ஈடு கொடுக்க முடியாமல் என் டூ வீலர் விளக்கின் வெளிச்சம் அரிக்கேன் விளக்காய் கசிந்து செத்தது... பின்னால் என்னுடைய அண்ணன் பாஸ்கரன் என்ற முத்தையா உட்கார்ந்திருந்தார். இரண்டு சிறுநீரகங்களும் செயல் இழந்த நிலையில் அவருக்கு டயாலிஸிஸ் செய்ய போய்கொண்டிருந்தேன். அந்த இருட்டில் ஹாஸ்பிடல் எங்கு இருக்கிறதென்றே தெரியாமல் போய்கொண்டிருந்தேன்.

"தம்பி வீட்டுக்குப் போயிடலாம் என்னால உட்கார முடியலை. மயக்கம் வர்ற மாதிரி இருக்கு வீட்டுக்குப் போயிடலாம்" என்றார். "பக்கத்துலதான் காமாட்சி ஹாஸ்பிடல் போயிடலாம்ண்ணே". என்று சொல்லி அவரை அமைதிப்படுத்தினேன். அவருக்கு பேச்சு குறைந்து வேதனைக் குரல் வெளி வர ஆரம்பித்தது. .

ஆனால் எனக்கே காமாட்சி ஹாஸ்பிடல் எங்கிருக்கிறதென்று தெரியாது. அண்ணனிடம் பேச்சுக்கொடுத்துக்கொண்டே இரண்டு பக்கமும் ஹாஸ்பிடலை தேடிக்கொண்டு வந்தேன். பிரமாண்ட கட்டிடத்தில் அதை கண்டுபிடித்து உள்ளே சென்றால் ஊழியர்கள் யாரும் இல்லாமல் உதவியாளர் மட்டும் இருந்தார். பெரிய வராந்தாக்கள் பணப்பசியோடு வாய் பிளந்து கிடந்தன. அங்கிருந்தவரிடம் அரசு மருத்துவ காப்பீடு அட்டையை காட்டி மருத்துவ சலுகை கிடைக்குமா? என்று கேட்டேன். அட்டையை பார்த்ததுமே 'இதெல்லாம் இங்க கிடையாது சார்' என்றார் ஒற்றை வரியில். இது அவரிடம் நியாயம் கேட்பதற்கான நேரம் கிடையாது என்பதை புரிந்து கொண்டு கையிலிருந்த ஐயாயிரத்தை கட்டி, ஆளரவமற்ற ஹாஸ்பிடலில் அண்ணனை டயாலிஸிஸ் செய்ய படுக்க வைத்து விட்டு வந்தேன். மாமா மட்டும் துணைக்கு இருந்தார். மீண்டும் கும்மிருட்டு சாலையில் வீடு நோக்கி கடக்க ஆரம்பித்தேன்.

அப்போது எனக்கு ஐந்து வயதோ ஆறு வயதோ இருக்கும். தஞ்சாவூரில் மேலவீதியில் கோவில் திருவிழா. கணக்கில்லாத கூட்டம். என்னை கையில் பிடித்து கூட்டத்திற்குள் அழைத்து போய்கொண்டிருந்தார் பாஸ் அண்ணன். திடீரென்று கூட்டத்தில் ஒரே கூச்சல் குழப்பம். வீதி உலா வந்த பல்லக்கு தீ பற்றி எரிந்து கொண்டிருந்தது. நாலா பக்கமும் கூட்டம் சிதறி ஓடிக்கொண்டிருந்தது. நாங்கள் ஓட முடியவில்லை. கூட்டம் நெருக்கி தள்ளியது. எப்படியாவது ஓரமாகப் போய்விட அண்ணன் முயன்றார். அப்போது தலையில் பெட்ரோமாக்ஸ் விளக்கை சுமந்து வந்த ஒருவர் விளக்கை கைதவறிவிட அது எங்கள் மேல் சாய்ந்தது. இதனால் அண்ணன் என்னை தூக்கி மார்போடு அணைத்துக்கொண்டார். விளக்கின் அனல் என் மீது படாமல் தன் முதுகில் வாங்கிக்கொண்டார். அன்று ஒருவழியாக வீடு வந்து சேர்ந்தோம்.

தஞ்சாவூரிலிருந்து எண்பதுகளின் தொடக்கத்தில் தேனிக்கு குடி பெயர்ந்து வந்தோம். எங்கள் குடும்பத்திற்காக வீடு வீடாக செய்தித் தாள்கள் போட்டு சம்பாதித்துக்கொடுத்தார் அண்ணன்.

இப்போதுதான் மளிகைக் கடை முதல் மால்கள் வரைக்கும் எங்கு பார்த்தாலும் ப்ளாஸ்டிக் கவர்கள் வந்து சுகாதாரக்கேட்டை ஏற்படுத்துகின்றன. எண்பதுகளில் திருவிழாக்களில் பொரிகடலை கட்டி தருவதிலிருந்து ஸ்வீட் ஸ்டால்கள் வரைக்கும் காகித கவர்கள்தான் புழக்கத்தில் இருந்தன.

இந்த காகித கவர்களை தயாரிப்பது எங்கள் பகுதியில் குடிசைத்தொழிலாக இருந்து வந்தது. இதை எங்கள் குடும்பத்திலுள்ள அக்கா, அண்ணன் எல்லோரும் தயாரிப்போம். பாஸ் அண்ணன் வெறும் புத்தக மூட்டைகளை வாங்கி வந்து கொடுப்பார். தாள்களை கிழித்து அதை கவராக மாற்றி கொடுப்போம்.

அண்ணன் அப்படி வாங்கி வரும் புத்தக மூட்டைகளில் நல்ல புத்தகங்களாக நான் தேடுவேன். வள வளப்பான அழகிய படங்களுடன் வரும் அந்த புத்தகங்கள் சோவியத் ரஷ்யாவின் புத்தகங்கள். அப்போது சோவியத் ரஷியா உடையாமல் இருந்த நேரம். இந்தியாவிற்கும் ரஷியாவிற்கும் கலாச்சார தொடர்பு வலுவாக இருந்த நேரத்தில் ரஷ்யாவில் வெளிவரும் புத்தகங்களை தமிழில் மொழிபெயர்த்து இந்திய மாநிலங்களில் வெளியிட்டு வந்தது ரஷ்ய அரசு. இந்த புத்தகங்கள் வள வள தாள்களில் வண்ணப் படங்களுடன் வரும். இந்த தாள்களில் கவர் செய்வது எளிதாக இருக்கும் கிழியாது பசையில் எளிதாக ஒட்டிகொள்ளும்.

தேனி கண்ணன் ● 19

இப்படி ஒட்டப்பட்ட மூட்டைகளை அண்ணன் கொண்டு போய் கொடுத்து பணம் வாங்கி வருவார். நாள் முழுதும் ஒட்டினால் இருபது ரூபாய் கிடைக்கும்.

இப்போதுகூட அதை நடைமுறைக்குக் கொண்டுவந்தால் சுற்றுச்சுழலை பாதுகாக்க உதவும்.

இப்படியாக எங்களுக்காக இளமையைத் தொலைத்தவர். சில காலத்திற்குப் பிறகு திருமணமாகி இரண்டு ஆண் குழந்தைகளுடன் வாழ்ந்து வந்தார்.

என் விஜி அத்தாச்சி அண்ணனின் நிழல். அன்னையின் நகல், அன்பை அள்ளி அள்ளி சமைத்துக் கொட்டுவார். அவர் வைக்கும் எலும்பு குழம்புக்கு இணை கிடையாது. சர்க்கரை நோய் பாடாய் படுத்த ஒரு நாள் படுத்த படுக்கையாகி இறந்து போனார்... இந்த திடீர் இழப்பு அண்ணனை நிலைகுலையச் செய்துவிட்டது.

யாரிடமும் சொல்லமுடியாமல் உள்ளுக்குள் புழுங்கிய துயரம் அவரையும் நோயாளியாக்கி விட்டது. ஒரு நாள் என்னிடம் 'எனக்கு ஒரு சிறுநீரகம் நாற்பது சதவிகிதம் மட்டுமே இயங்குவதாக டாக்டர் சொல்றாங்கப்பா' என்றார் எனக்கு ஷாக். சென்னைக்கு போகலாம் அங்க உள்ள டாக்டர்களிடம் காட்டினால் சரி பண்ணிடலாம்னு சொன்னேன். ஆனால் தம்பியிடம் உதவி கேட்கிறோமே என்கிற கௌரவப்பிரச்சனை. யோசனை செய்து கொண்டிருந்த இந்தப் போராட்டத்தில் முதல் சிறுநீரகத்திலிருந்து அடுத்த சிறுநீரகமும் பாதிக்கப்பட்டுவிட்டது.

நம் உடலில் உள்ள எந்த உறுப்புகள் பாதிக்கப்பட்டாலும் அதன் தொடக்கத்திலேயே நமக்கு எச்சரிக்கை செய்யும். இதய அடைப்புக்கு முன்னால் வியர்ப்பது மாதிரி. ஆனால் கிட்னி முன் அறிவிப்பு எதையும் செய்யாது. தான் பழுதடைந்து விட்டதைதான் சொல்லும். அதுவேகமாக அடுத்த கிட்னிக்கும் பரவும் என்பது மருத்துவ சோகம். அப்படிதான் விறு விறுவென்று பரவி கால்கள் இரண்டும் விறகு கட்டையைபோல் மாறியது. தகவல் கிடைத்து நான் ஊருக்குப்போனபோது, 'என்னடா இப்படி ஆகிடுச்சு' என்று பரிதாபமாகக் கேட்டார். நான் உடனே நண்பர் நடிகர் விவேக் அவர்களுக்கு போன் பண்ணி விவரம் சொன்னபோது அவர் யோசனைப்படி தாம்பரம் சித்த மருத்துவமனையின் மருத்துவரிடம் பேசியபோது நேரில் வரச்சொல்லிவிட்டார். சென்னைக்கு அண்ணனை அழைத்து வரவேண்டிய கட்டாயம்.

சிலர் வேண்டாம் என்றார்கள். ஆனால் அங்கேயே இருந்தால் சில காலம்தான் வாழ்வு என்பதை அண்ணனும் உணர்ந்திருந்தார். அதனால் என்னுடன் சென்னை வந்தார். சித்தா மருத்துவர் சோதனை செய்து விட்டு உடனே சென்னை ராஜீவ்காந்தி மருத்துவமனையில் விரைவாக சேர்க்க சொன்னார். அங்கு உடனே பெட் கிடைப்பதும், சிகிச்சை தொடங்கப்படுவதிலும் ஒரு சிக்கல் இருந்தது. சீனியாரிட்டி அடிப்படையில் பெட், சிகிச்சை என்று தாமதப்படுவதுக்கு எல்லா காரணமும் இருந்தது.

அன்று நான் கவிப்பேரரசு வைரமுத்து அவர்களிடம் பேட்டி எடுக்க வருவதாகச் சொல்லியிருந்த நாள். அவரிடமிருந்து எனக்கு போன் வந்தது. நான் அண்ணனின் நிலையைச் சொல்லி வந்து விடுகிறேன் என்றேன். உடனே அவர் “என்ன கண்ணன் என்கிட்ட சொல்லக்கூடாதா எனக்கு தெரிந்த மருத்துவர் சிறுநீரகப்பிரிவில் இருக்கிறார் நீங்கள் சென்று அவரைப்பாருங்கள் உங்களுக்கு உதவுவார் கண்ணன்” என்றார். அது எனக்கு பெரிய உதவியாக இருந்தது. அதோடு நண்பர் சுந்தரபுத்தன் மூலம் மரியாதைக்குரிய திரு. இறையன்பு அவர்களின் உதவியும் கிடைத்தது. அவரும் தனது மருத்துவ நண்பர்கள் மூலம் சில ஏற்பாடுகளை செய்து கொடுத்தார். இதனால் அண்ணனை உடனே சிகிச்சைக்கு சேர்த்துக்கொண்டார்கள்.

ஏழை எளியவர்களுக்கு வரக்கூடாத நோய் சிறுநீரக்கோளாறும், சர்க்கரை நோயும்தான். ஆளானப்பட்ட எம்.ஜி.ஆர் அவர்களையே ஆட்டிப்படைத்தது. அப்போதெல்லாம் சிறுநீரக சிகிச்சைக்கு சரியான உபகரண வசதி இல்லாததால் எம்.ஜி.ஆரால் சிறுநீரக நோயாளிகளுக்கென்று தனிப்பிரிவு தொடங்கப்பட்டது. அந்த பிரிவில்தான் அண்ணன் அனுமதிக்கப்பட்டார். வைரமுத்துவும், இறையன்பு அவர்களும் இடைவிடாது விசாரித்துக் கொண்டிருந்தார்கள். வைரமுத்துவின் நண்பர் மருத்துவர் கருணாமூர்த்தி அவர்கள் அண்ணனை பரிசோதித்து விட்டு இரண்டு கைகளின் விரல்களையும் மூடிக்கொண்டு ‘இப்படி இருக்கு உங்க அண்ணனின் சிறுநீரகங்கள். எந்த பயனும் இல்லை. உடனே அறுவை சிகிச்சை செய்தே ஆகணும் டயாலிஸிஸ் பண்ண ஆரம்பிக்கணும் தயார் ஆகிக்கோங்க என்றார். அண்ணனோ ‘நான் அஞ்சு வருஷம் இருந்தால் போதும். என் மகனுக்கு கல்யாணம் செய்து வெச்சிட்டு போயிடுறேன். எப்படியாது காப்பாத்துப்பா’ என்றார். அவர் பெட்டில் இருந்த்போது அவருக்காக மாத்திரை வாங்க சென்றிருந்தேன். திரும்பி வந்து பார்த்தபோது பெட்டில்

அண்ணன் இல்லை. பக்கத்திலிருந்தவர்கள் யாரோ அவரை இன்னொரு பிரிவுக்கு அழைத்துச்சென்றிருக்கிறார்கள் என்று சொல்ல, நான் அந்த வளாகம் முழுவதும் தேடி ஓடினேன். ஸ்கேன் எடுக்கும் இடத்திற்கு ஊழியர் ஒருவர் அவரை அழைத்து வந்திருந்தார். வீல் சேர் இல்லாததால் பல படிகள் அவரை நடக்க வைத்தே கூட்டி வந்திருந்தார். நான் போய் பார்த்தபோது அண்ணன் மூச்சு இரைத்துக்கொண்டிருந்தார். சீரியஸ் நிலையிலுள்ள ஒரு நோயாளியை வீல்சேர் இல்லாமல் அழைத்து வந்தது எவ்வளவு பெரிய தவறு என்று அந்த ஊழியரிடம் கோபத்தில் கத்தி தீர்த்தேன். அந்த நிலையிலும் நான் பதறுவதைப் பார்த்த அண்ணன் மூச்சிரைத்துக்கொண்டே 'விடுப்பா... அவர திட்டாத' என்று சொல்லிக்கொண்டிருந்தார்

சென்னை ராஜீவ்காந்தி மருத்துவமனையை பொறுத்தவரை அறிமுகம் உள்ளவர்கள் சிபாரிசோடு போனால் வெளிநாட்டிற்கு இணையான சிகிச்சை கிடைக்கும். நீங்களாக போய் சேர்ந்தால் அவ்வளவுதான் உண்டு இல்லையென்று ஆக்கிவிடுவார்கள். இந்த ஊழியர் போல. அண்ணனை அங்கிருந்து வீல் சேரில் அழைத்துப்போனேன்

எனக்கு சொல்ல முடியாத துன்பம். நாற்பது சதவிகித பாதிப்பில் இருக்கும்போதே அழைத்து வந்திருந்தால் ஒரு கிட்னியை மட்டுமாவது காப்பாற்றி உயிரோடு வாழ்ந்திருக்கலாம் என்றார் டாக்டர். எனக்கு அண்ணன் மீது கோபமாக வந்தது. ஆனால் என்ன செய்ய, வைரமுத்து அவர்களின் மருத்துவ நண்பர் நல்லபடியா கவனித்துக்கொண்டார். அண்ணன் உடலிலிருந்து பக்கெட் பக்கெட்டாக கெட்ட நீரை எடுத்தார்கள். அதன் பிறகு அண்ணன் மிகவும் தெளிவாகிவிட்டார், தனி படுக்கையில் சில நாட்கள் இருந்தார் மருத்துவர் கருணாமூர்த்தி ஒரு லிஸ்ட் கொண்டு வந்து கொடுத்தார். அது இனிமேல் வாழ்நாள் முழுதும் அண்ணன் எதை சாப்பிடணும் எதை சாப்பிடக்கூடாது என்பதான லிஸ்ட். உப்பு இல்லாமலும் காரம் இல்லாமலும் நார் சத்து சேர்த்த, கீரை உணவு என்று பெரிய லிஸ்ட் அது. மூன்று நேரம் என்ன தரவேண்டும் மாத்திரை எது எது இப்படி ஏராளமான விஷயங்கள் இதை நினைவு வைத்து சாப்பிடுவதே சாதனை. ஆனால் அந்த இருபது நாளும் என் மனைவி அதிகாலை நான்கு மணிக்கு எழுந்து காலை, மதியம், மாலை இரவு என்று வித வித உணவுகளை ஒரே நேரத்தில் சமைத்து ஒரு மருத்துவ தாதி போலவே கொடுத்தார். 'இப்படி யாருமே செய்யமுடியாது

கண்ணன் அண்ணனை இங்கேயே இருக்கச்சொல்லுங்கள் ஊருக்கு போனால் சாப்பாடும் சிகிச்சையும் சரியாக எடுக்க முடியாது' என்றார் டாக்டர். என் மனைவி அண்ணனுக்கு செய்த இந்த பணிக்காகவே பரதன் போல அவர் கால்களை என் தலையில் வைத்து தாங்கவும் தயராக இருக்கிறேன்.

அண்ணனுக்கு உடலில் கிடைத்த அந்த தெம்பும் உற்சாகமும் அவரை பழைய நிலைக்கு மாற்றியிருந்தது. தன்னை பார்க்க வந்திருந்த உறவினர்களிடம், 'எல்லாரும் சின்ன பயல்னு சொன்னீங்க எவ்வளவு பெரிய உதவி பண்ணிட்டான்னு சொல்லிக்கொண்டிருந்தார். ஆனால் இது கவிப்பேரரசு வைரமுத்து அவர்கள் மதிப்பிற்குரிய இறையன்பு ஐ.ஏ.எஸ் அவர்கள் உதவியால்தான். என்னால் செய்ய முடிந்தது.

எவ்வளவோ சொல்லியும் அண்ணன் ஊருக்கு போவதில் பிடிவாதமாக இருந்தார்.

இனி ஒவ்வொரு இரண்டு நாளுக்கும் ஒருமுறை டயாலிஸிஸ் செய்ய வேண்டும் ஒருமுறை செய்ய சென்னையில் ஐயாயிரம் ரூபாய் செலவானது. இது எப்படி சாத்தியம். நெஞ்சுக்குள் திகில் பரவியது.

இத்தனை காலங்களாக குடும்பத்திற்காக வேலைசெய்த அண்ணன் இனி தன்னுடைய டயாலிஸிஸ்ற்காக வேலைக்கு சென்றே ஆகவேண்டிய நிலை. இப்படிப்பட்ட சூழலில் உள்ள ஒருத்தருக்கு முதலில் தேவை மருத்துவ உதவி அல்ல மன ரீதியான ஆறுதலும் நம்பிக்கையான வார்த்தைகளும்தான் இதை மனைவி, அம்மா இரண்டு பேரைதவிர வேறு யாரால் கொடுக்க முடியும் ஆனால் அண்ணனுக்கு இருவருமே இல்லை. தனிமை, மருத்துவம், மருத்துவத்திற்காக வேலை செய்ய வேண்டிய கட்டாயம் இதை தினமும் எதிர் கொண்டார்

அவரிடமிருந்த இரண்டு அரசாங்கத்தின் மருத்துவ காப்பீடு அட்டைகள் கையிலிருந்தும் எந்த பயனும் இல்லை சேவை மனப்பான்மையோடு இருக்கவேண்டிய மருத்துவம், கல்வி இரண்டு துறைகளும் பணம் ஒன்றே குறியாக கொண்டதால் இந்த துயரம். இதில் நான் நேரடியாக பாதிக்கப்பட்டேன்.

ஊரில் ஒரு மருத்துவமனையில் மருத்துவ காப்பீடு அட்டையை காட்டி சலுகை கேட்டபோது மறுத்து விட்டார்கள். இத்தனைக்கும் அந்த மருத்துவமனை காப்பீடு திட்டத்தின் கீழ்தான் செயல்பட்டுவந்தது. விஷயம் கேள்விபட்டு மதிப்பிற்குரிய

இறையன்பு அவர்கள் காப்பீடு திட்ட அதிகாரிகளை பார்க்கச் சொன்னார். நான் போய் அதிகாரியிடம் சொன்னபோது, அங்கிருந்தபடியே மருத்துவமனைக்கு போன் செய்து 'உங்க மருத்துவமனை காப்பீடு திட்டத்தின் கீழேதான் வருது. இதை நீங்க செயல்படுத்தலைன்னா நாளைக்கே உங்க ஹாஸ்பிடலை இழுத்து மூடுவோம்' என்று எச்சரிக்கை செய்தார் அந்த நேர்மையான அதிகாரி.

இது அந்த மருத்துமனையில் எதிரொலித்தது. சில நாட்கள் அண்ணனுக்கு சரியான சிகிச்சை கிடைத்தது. ஆனால் எல்லாம் சில காலம்தான்

ஒரு நாள் காலை மூன்று மணிக்கு ஊரிலிருந்து போன். தேனி மருத்துவமனையில் சிகிச்சைக்கு போனபோது, ஹாஸ்பிடல் வராந்தாவிலேயே உயிர் பிரிந்து இறந்து விட்டதாக தகவல் வந்தது. எல்லாம் முடிந்து போனது.

. இந்த தகவல் கேட்டு திரு. வைரமுத்து, திரு. இறையன்பு அவர்களும் தங்கள் வருத்தத்தை வெளிப்படுத்தினார்கள். இறையன்பு அவர்கள் படித்துக் கொண்டிருக்கும் என் அண்ணனின் மகன்களை நினைத்து வருந்தி அவர்களிடம் கொடுக்கச்சொல்லி பெருந்தொகையை கொடுத்தார். உறவினர்கள் முன்னிலையில் அதை ஒப்படைத்தேன்...

சில நாட்கள் கழித்து என் அண்ணன் ஆசையாக நினைத்துக் கொண்டிருந்த மகன் திருமணம் நடந்தது. அந்த தருணத்தில் பாஸ் என்ற அந்த பாசக்கார அண்ணனும் இல்லை. நானும் கலந்து கொள்ள முடியாமல் போனது...

என் அண்ணனின் உடல் மீது கதறி அழுதபோது 'கூட்டிப்போய் கொன்னுப்புட்டு இங்க வந்து அழுகிறான் பாரு' என்று சிலர் என் காதுபடவே பேசினார்கள்.

ஒரு வேளை என்னால்தான் இறந்தாரோ என்ற குற்ற உணர்வு இப்போதும் என்னை துரத்திக்கொண்டே இருக்கிறது.

* * *

கானல் வரிக் கவிதைகள்

அந்த அதிகாலை நேரத்தில் பனியின் வேகம் கூடியிருந்ததால் கிராமத்திலிருக்கும் என் வீட்டு மாடியில் படுத்திருந்த நான் போர்வையை இழுத்துப்போர்த்தி கால்களை குறுக்கினேன்... அப்படி ஒரு தூக்கம் வந்தது. பனியை விட அதிக சிலிர்ப்பை ஏற்படுத்த காற்றில் பறந்து வந்தது அந்தப் பாடல். 'மண்ணானாலும் திருச்செந்தூரில் மண்ணாவேன் ஒரு மரமானாலும் பழமுதிர்சோலையில் மரமாவேன்' பக்கத்திலிருந்த சௌடாம்பிகா கோவிலின் ரேடியோவில் டி. எம். எஸ் குரல் அந்த காலை பொழுதில் கற்பூர நெடியை பரவ விட்டது. இப்படி ஒவ்வொரு நாள் காலையும் இசைப்பொழுதாகவே எனக்கு விடியும்.

முருகனின் முன் நின்று பாடுவதுபோல் குரலில் அத்தனை உருக்கம் காட்டும் டி. எம். எஸ். பற்றி நமக்கு தெரியும். அந்த முருகப்பெருமானே கேட்டு வாங்கியது போன்ற அந்த வரிகளை எழுதிய கவிஞரை எத்தனை பேருக்குத் தெரியும்... சென்னைக்கு வந்த பிறகு அவரைத் தேடிதெரிந்து கொண்டேன். டி.எம். எஸ். பாடிய பெரும்பாலான முருகன் பாடலை எழுதியது கவிஞர் 'தமிழ் நம்பி' என்பவர்தான். ஒரு முறை ராஜா சாரை சந்தித்தபோது அவர் பற்றி சொன்னார்.

ராஜா சார் எழுதிய திரைப்படப் பாடல்கள், பக்திப் பாடல்களை புத்தகமாக கொண்டு வரும் முயற்சியில் ஈடுபட்டிருந்தேன். அந்தப் பணிகள் குறித்து அவருடன் பேசியபோது அவர் இசையில் எனக்குப் பிடித்த முருகன் பாடலான 'மறந்தேன் பிறந்தேன் மரம்போல் வளர்ந்தேன் முருகா... முருகா' என்ற பாடலையும் சேர்த்திருந்தேன். அப்போதுதான் "இந்தப் பாடலை எழுதினது நான் இல்லை தமிழ் நம்பிய்யா" என்று அவரைப்பற்றி சொன்னார் ராஜா சார். காலத்தால் அழிக்க முடியாத பாடல்களைத் தந்த அந்த படைப்பாளி எந்த அங்கீகாரமும் பெறாமலே மறைந்து போய்விட்டார். கோவில் இருக்கும் வரை டி. எம். எஸ். குரல்

இருக்கும். காற்று இருக்கும் வரை தமிழ் நம்பி என்ற அந்த கவிஞனின் தமிழ் இருக்கும். இப்படி சில முக்கியமான ஹிட் பாடலை எழுதி பார்வைக்கு வராமல் இருக்கும் சிலரை பற்றி நான் கேள்விபட்டபோது வியப்பாக இருந்தது.

1965ஆம் ஆண்டு ஒருமுறை ஃபிலிம் சேம்பரில் ஒரு கூட்டம். நிகழ்ச்சியில் கவிஞர் கண்ணதாசன், இயக்குனர் ஏ. பி. நாகராஜன், ஏ. எல். சீனிவாசன் ஆகியோர் கலந்துகொண்டிருக்கிறார்கள். விழா துவங்கும் முன் இறைவணக்கப் பாடலை பாடினார்கள் சூலமங்கலம் சகோதரிகள் 'திருப்பரங்குன்றத்தில் நீ சிரித்தால் திருத்தணி மலை மீது எதிரொலிக்கும்' என்ற பாடலை பாடுகிறார்கள். மேடையிலிருந்த கண்ணதாசனை அந்த வரிகள் உலுக்கியிருக்கிறது. நிகழ்ச்சியின் இடையிலேயே அந்தப் பாடலைப் பற்றி விசாரிக்கிறார்.

பிறகு மேடையில் பேசும்போது "இந்தப் பாடல் ரொம்ப நல்லாருக்கு. ஏ. பி. நாகராஜன் அவர்கள் கந்தன் கருணை என்று ஒரு படம் எடுத்துக்கொண்டிருக்கிறார். அந்த படத்தில் வள்ளி பாடுவது போல் ஒரு சிச்சுவேஷன் வருகிறது. அந்தப் பாடலை நான் எழுதிக்கொடுப்பதாக இருந்தேன். ஆனால் இந்தப் பாடலை கேட்ட பிறகு எனக்கு அந்த சூழலுக்கு இதைவிட பொருத்தமான பாட்டு இருப்பதாக தோன்றவில்லை. அதனால் புதிதாக இன்னொரு பாட்டு எழுத மனமில்லை. அதனால் இந்தப் பாடலையே பயன்படுத்திக் கொள்ளவேண்டும் என்று இயக்குனர் அவர்களை கேட்டுக்கொள்கிறேன்" என்று மேடையிலேயே அறிவித்தார் கண்ணதாசன்...

கண்ணதாசனையே உலுக்கிய வரிகளை எழுதியவர் கவிஞர் பூவை செங்குட்டுவன். அந்தப் பாடலை அவர் எழுதி ஒருவருடத்திற்கும் மேலாகி கொலம்பியா கம்பெனியில் இசைத்தட்டாக வந்து பெரிய அளவில் பிரபலமான பிறகு படத்தில் இடம்பெற்றிருக்கிறது. இந்தப் பாடலுக்கு கொலம்பியா ரெக்கார்ட் கம்பெனி பூவை செங்குட்டுவனுக்குக் கொடுத்த பணம் பதினைந்து ரூபாய்தான். கந்தன் கருணை படத்தில் பயன்படுத்தியதற்காக ஏ. பி. நாகராஜன் கவிஞருக்குக் கொடுத்தது முன்னூறு ரூபாய்

இந்தப் பாடலைப்போல் எனக்கு பிடித்த இன்னொரு பாடலும் அது எழுதப்பட்ட விதமும் நம்மை வியப்பில் ஆழ்த்தும். குமுதம் விழா மதுரையில் நடந்தப்போ ராஜா சார் எனக்கு சொல்லியிருந்த விஷயம், "விழாவில் கவிஞர் சிற்பி பாலசுப்ரமணியம் கண்டிப்பா கலந்துக்கணும்ய்யா... அதனால முன்கூட்டியே சொல்லி

அவரை தயார்படுத்தி வை" என்பதுதான். அந்தளவுக்கு அவர் முக்கியத்துவம் வாய்ந்தவர். இசைஞானி இசையில் ஒரே ஒரு பாட்டுதான் எழுதியிருக்கிறார். அந்த ஒரு பாட்டு சூப்பர்ஹிட். அதன் பிறகு ஏனோ அவர் பாடலே எழுதவில்லை. 70 களில் தமிழ் கவிதை உலகில் ஒரு புதிய புரட்சியை ஏற்படுத்திய 'வானம்பாடி' கவிதை இயக்கத்தை ஆரம்பித்த கவிஞர்களான புவியரசு, மீரா, மு.மேத்தா, போன்றவர்களில் சிற்பி ஐயாவும் ஒருவர். இப்போதும் அறக்கட்டளை ஒன்றை நிறுவி ஒவ்வோர் ஆண்டும் சிறந்த கவிதை நூலுக்கு பரிசு வழங்கி வருகிறார். சாகித்ய அகாடமியின் தமிழக பிரதிநிதியாகவும் இருந்திருக்கிறார்... இத்தனை ஆளுமையோடு இருந்தவர் திரைப்படத் துறைக்கு வந்தது சுவராஸ்யமான விஷயம்.

பதினாறு வயதினிலே படம் ரிலீஸ் நேரம். தயாரிப்பாளர் எஸ்.ஏ.ராஜ்கண்ணு படத்தின் விளம்பரத்திற்காக நோட்டீஸ் அடிக்க முடிவு செய்து அதற்கான வாசகங்களை எழுத நண்பரான சிற்பி அவர்களிடம் ஆலோசனை கேட்டிருக்கிறார். அப்போது சிற்பி கல்லூரியில் பணியாற்றிக் கொண்டிருக்கிறார்.

அவரும் படத்தின் கதையை கேட்டுத் தெரிந்து கொண்டு அதை அப்படியே கவிதை நடையில் சுருக்கமாக எழுதிக்கொடுத்திருக்கிறார். சில நூறு நோட்டீஸ்களை அடித்து எடுத்துக்கொண்டு விளம்பர பணியில் தீவிரமாக இருந்திருக்கிறார் ராஜ்கண்ணு. பாரதிராஜா விளம்பர நோட்டீஸ்களில் எழுதப்பட்ட வரிகளை படித்து விட்டு "யாருய்யா இதை எழுதினது. இட் ஸ் ஃபெண்டாஸ்டிக்" என்று வியந்திருக்கிறார். தயாரிப்பாளரோ அவர் ஒரு கவிஞர் எனக்கு வேண்டியவர் என்பதை விளக்க, "என்னோட அடுத்த படத்தில் கண்டிப்பா அவரை ஒரு பாட்டு எழுத வைக்கிறேன்" என்று சொல்லியிருக்கிறார்.

பதினாறு வயதினிலே படமும் வந்து ஹிட்டாகிடுச்சு. அடுத்தப் படமாக 'கிழக்கே போகும் ரயில்' படத்தை ஆரம்பிக்கிறார் பாரதிராஜா. சொன்னபடியே சிற்பி அவர்களை சென்னைக்கு வரவழைத்து பேசியிருக்கிறார். உஸ்மான் ரோட்டில் இருந்த அலுவலகத்தில் பாரதிராஜா,கங்கை அமரன், இளையராஜா, பாரதிராஜா, கவிஞர் முத்துலிங்கம் ஆகியோர் இருந்திருக்கிறார்கள். சிற்பி அவர்களுக்கு முதலில் ஒரு டியூன் கொடுக்கப்படுகிறது. அது 'பூவரசம்பு பூத்தாச்சு பொண்ணுக்கு சேதி வந்தாச்சு" டியூன். சிற்பி அந்த டியூனுக்கு "ராஜாவின் ரகசியம் தெரிஞ்சாச்சு... ராணிக்கு சேதியும் வந்தாச்சு" என்று டியூனுக்கு ஏற்ப எழுதிக்கொடுக்கிறார். பிறகு இந்த டியூனை "நானே எழுதிவிடுகிறேன்" என்று அங்கிருந்த

கங்கை அமரன் சொல்ல, சிற்பிக்கு வேறு ஒரு டியூன் தரப்படுகிறது. அந்தப் பாடல்தான் "மலர்களே நாதஸ்வரங்கள்" பாடல்.

பாரதிராஜா கணித்தது சரியாக இருந்தது. அந்தப் பாடலில் தமிழ் சினிமாவிற்கு புதிய புதிய சொற்களை அறிமுகப்படுத்தினார். பாடலின் துவக்கத்தில் ராஜா சார் நாதஸ்வரத்தையும், மிருதங்கத்தையும் ஒலிக்க வைக்க பின்னால் வரும் ஜானகியின் ஆலாபனை குரல் நம்மை மயங்கவைக்கும். அந்த மந்திரத்தை செய்ய இசைஞானியால் மட்டுமே முடியும். அடுத்து கவிஞரின் வரிகள் மலேசியா வாசுதேவன் குரலில் கம்பீரமாக ஒலிக்கும்.

"மலர்களே நாதஸ்வரங்கள்
மங்களத்தேரில் மணக்கோலம் வர்ணஜாலம் வானிலே"

என்று துவங்கும் பல்லவியை முடித்து அந்த சூழலுக்கு அனுபல்லவி ஒன்றை போட்டிருப்பார் ராஜா சார். அதை இப்படி நிரப்புகிறார் கவிஞர்,

"பால்வண்ண மேனியை ஆகாய கங்கை
பனிமுத்து நீராட்டி அழகூட்டினாள்
கற்பகப் பூக்கொண்டு கருநீல கண்ணில்
மை தீட்டினாள் காதல் தேவன் கைகளில் சேர..."

என்று வித்தியாசமான சொல்லாட்சியை பயன்படுத்துகிறார் சிற்பி. அதனால்தான் வழக்கமான பாடலாக இல்லாமல் இது தனித்து நிற்கிறது. ஒரே ஒரு பாட்டையும் ஹிட் பண்ண முடிந்தது அவரால். பின் வரும் சரணத்தில் கவிதை இன்னும் அழகாக இருக்கும்.

"கருவிழி உறங்காமல் கனவுகள் அரங்கேற
இளமை நதிகள் இரண்டும் இணையட்டுமே
மன்மதன் திருக்கோவில் அதில் காதல் பூஜை
என்னாளுமே அரசாளுமே காதல் வானம் பூமழை தூவ..."

என்று முடியும் பாடலில் பெண்குரலின் ஆலாபனைதான் இனிமையின் உச்சம். அதை கற்பனித்துப் பயணிக்க இப்படி மென்பாடலை மனதில் விதைத்துவிட்டு அடுத்த பாடலை எழுத பேனாவை திறந்து வைத்துக்கொண்டு அவர் உட்காரவில்லை. பொள்ளாச்சியில் அமைதியாக இலக்கியப்பணியில் ஈடுபட்டுக்கொண்டிருக்கிறார் சிற்பி பாலசுப்ரமணியம். ஆனால் படத்தில் இந்தப் பாடல் இடம் பெறவில்லை. பாடலுக்கான

படப்பிடிப்பு நடத்த பழனியில் லொக்கேசன் பார்த்துவிட்டு கவிஞரையும் வரச்சொல்லியிருக்கிறார் பாரதிராஜா. கிராமங்களில் நீர்நிலைகளுக்குப் பக்கத்தில் முளைத்திருக்கும் மஞ்சள் நிறப்பூக்களைப் போன்று அட்டையில் தயார் செய்து பழனிக்கு அனுப்பியிருக்கிறார்கள். பார்க்க... பூக்களே நாதஸ்வரங்கள் போல் இருந்திருக்கிறது. ஏனோ கடைசி நேரத்தில் படப்பிடிப்பு நடத்தப்படாமலேயே யூனிட் திரும்பியிருக்கிறது.

கடந்த சில வருடங்களுக்கு முன் ஒருநாள் போனில் கவிஞரிடம் பேசியிருக்கிறார் ராஜா சார். ஏதேச்சையாக ஒரு சூழலை போனில் சொல்லி "பாட்டு வரிகளை போனிலே சொல்லுங்க சிற்பி, நான் எழுதிக்கிறேன்" என்று தத்தகாரத்தைச் சொல்லியிருக்கிறார். முழு பாட்டையும் கவிஞர் போனிலேயே சொல்லி முடிக்க,, ஐம்பதாயிரத்திற்கான செக் பொள்ளாச்சிக்குப் பறந்திருக்கிறது. இப்படி இவரைப்பற்றி பேசக்கிடைத்த வாய்ப்பை பெருமையாக நினைக்கிறேன். காரணம் மலர்களும் நாதஸ்வரங்களும்தான்...

ஒருநாள் மு.மேத்தா அவர்கள் வீட்டிற்கு 80 வயதிருக்கும் பெரியவர் ஒருவர் கையில் ஒரு பெரிய புத்தகத்தோடு நின்று கொண்டிருந்தார். நான் அவரை விசாரித்தபோது "ஒரு சின்ன உதவிக்காக ஐயாவைப் பார்க்க வந்தேன்" என்றார். நான் அவரை இன்னொரு நாள் வருமாறு சொல்லிக்கொண்டிருந்தபோதே மேத்தா ஐயா வந்தார். "ஏய் இருப்பா... நீங்க வாங்க" என்று அவரை உள்ளே அழைத்துப் போய் பேசி அனுப்பிவைத்தார். அவர் போனபிறகு நான் அவரைப் பற்றி விசாரித்தேன். "மண்ணுக்கு மரம் பாரமா... மரத்துக்கு கிளை பாரமா... கொடிக்கு காய் பாரமா... பெற்றெடுத்த குழந்தைக்கு தாய் பாரமா, அப்படின்னு ஒரு பாட்டு கேட்டிருக்கியா. அந்தப் பாடலை எழுதினது இவர்தான். பேரு நாமக்கல் முத்துச்சாமி" என்றதும் நான் ஆடிப்போனேன். பிறகு நானே ஓடிப்போய் அவரை ஆட்டோவில் ஏற்றி அனுப்பினேன். இப்படி நமக்கு தங்களின் படைப்புகளால் மட்டும் அறிமுகமான படைப்பாளிகள் அங்கிங்கெனாதாபடி எங்கும் நிறைந்திருக்கிறார்கள்.

* * *

பெருந்தகையின் பெருந்தொகை

சினிமாவில் பாட்டெழுதும் ஆசையில் சென்னைக்கு வந்து இறங்கின அந்த நேரத்தில் ஒரு இலக்கிய கூட்டங்களை கூட விட்டு வைக்காமல் கலந்துகொள்வேன். பார்வையாளனாக. மாலை நேரத்தில் நடக்கும் அந்த கூட்டத்திற்கு போவதற்கென்றே சில நண்பர்கள் இருப்பார்கள். கவியரங்கங்களில் கவிதை வாசிப்பு, கவிஞர்களை சந்திப்பது இப்படி ஃபுல் பார்மில் இருந்தேன். அப்படிதான் கவிஞர் மு.மேத்தா ஐயாவை சந்தித்தேன்.

பின்னால் பத்திரிகையில் எழுதுவதில் தீவிர கவனம் செலுத்தியபோது பாடல் எழுதுவதில் விருப்பமில்லாமல் போய்விட்டது. இத்தனைக்கும் என் நெருங்கிய நண்பர்கள் சிலர் அவர்கள் படத்தில் பாடல் எழுத வேண்டினர். மறுத்துவிட்டேன். காரணம் வேறொன்றுமில்லை. பத்திரிகையில் இருப்பதால் படத்தை பற்றி செய்திகளை நாம் பணியாற்றும் பெரிய பத்திரிகையில் அதிகமாக வெளிவரவேண்டும் என்று விரும்புவார்கள். அதனால் ஒப்புக்கொள்ளவில்லை.

பள்ளிக்கூட நாட்களில் படித்துக்கொண்டிருக்கும்போதே எங்கள் ஊரான பழனிசெட்டிபட்டியில் பகுதிநேர கிளை நூலகராக வேலை பார்த்து வந்தேன். அரசாங்க வேலைதான். அந்த நேரத்தில் பாடப்புத்தகத்தைவிட அதிகமாக படித்தது இலக்கிய புத்தகத்தையும், கவிதை புத்தகத்தையும்தான். அப்படி படித்ததால்தான் அரசு வேலையை எழுதிக்கொடுத்துவிட்டு சென்னைக்கு புறப்பட்டு விட்டேன். பின்னாளில் நான் ராஜா சாரை சந்தித்தபோது, "உனக்கு எந்த ஊருய்யா?"ன்னு கேட்டார். "பழனிசெட்டிபட்டி" என்றதும், "அந்த ஊர்ல இருக்கும் சௌடாம்பிகை கோயில்லதான் பாரதிராஜா முதன் முதல்ல நாடகம் போட்டார். நான் முதன் முதல்ல அவர் நாடகத்துக்கு மியூசிக் பண்ணினேன்"ன்னு நினைவுபடுத்தி சொன்னார்.

அப்போது படித்த புத்தகங்களில் மு.மேத்தா அவர்கள் எழுதிய 'நந்தவன நாட்கள்' புத்தகமும் ஒன்று. அந்த ஈர்ப்பில்

மு.மேத்தா அவர்களிடமே உதவியாளராகச் சேர்ந்தேன். நான் உதவியாளர் என்பதைவிட அவர்தான் எனக்கு உதவியாளராக இருந்திருக்கிறார். தவறாக நினைக்க வேண்டாம். ரூம் வாடகை, சாப்பாட்டு செலவு என்று பல வகைகளில் எனக்கு உதவி செய்திருக்கிறார். அது மட்டுமல்லாமல் பல கவியரங்குகளுக்கு கவிதை வாசிக்க என்னையும் கூட்டிக்கிட்டு போவார். ராஜ் டிவியில் கவிதை வாசிக்க வைத்திருக்கிறார். வாணியம்பாடி கல்லூரியில் நடந்த கவியரங்கத்துக்கும் அனுப்பினார். அப்போது நா.முத்துக்குமார், கபிலன் இருவரும் கவிதை வாசிக்க வந்திருந்தனர். இப்படி தன்னிடம் வேலை பார்க்கும் ஒருவனை தனக்கு நிகராக பாவித்து வளர்த்துவிடும் மனப்பாங்கு கவிஞர் மு.மேத்தா ஐயா ஒருவருக்குத்தான் உண்டு.

இதைவிட கலைஞரின் 82 வது பிறந்தநாளுக்கான மலருக்கு அவர் கவிதை எழுதி அனுப்பும் போது, என்னிடம் "நீயும் தலைவரைப் பற்றி ஒரு கவிதை எழுதிக் கொடுப்பா என்னோட கவர்ல வெச்சு தர்றேன். தலைவருக்கு பிடிச்சிருந்தா கண்டிப்பா போடுவாரு" என்றார். ஆச்சரியம் கவிஞர் சொன்னது போலவே என் கவிதையையும் தேர்வு செய்திருந்தார் கலைஞர். 'தமிழர்களுக்கென்று தனியே தேசியக்கொடி உண்டு அது உன் துண்டு' என்று நான் எழுதிய அந்த கவிதையை முழுப் பக்கத்தில் வெளியிட்டது முரசொலி.

இசைஞானியை நான் அதிகம் சந்திக்க நேர்ந்தது இப்போதுதான். என் ஆவலை புரிந்து கொண்ட கவிஞர், பிரசாத் ஸ்டுடியோவிற்கு போகும்போதெல்லாம் என்னையும் அழைத்துச்செல்வார். ஒருநாள் ரெக்கார்டிங் முடிந்து வெளியே வந்த ராஜா சாரிடம் "அண்ணே உங்களோட தீவிர ரசிகன்" என்று என்னை அறிமுகப்படுத்தினார். இன்று இசைஞானியை நான் எந்த நேரத்திலும் போய் பார்க்க முடிவதற்கு மேத்தா ஐயாதான் காரணம்.

ராஜா சார் அப்போது வெண்பாக்களை எழுதி குவித்துக்கொண்டிருந்தார். அந்த கையெழுத்துப் பிரதிகளை மேத்தா ஐயா என்னிடம் கொடுத்து படியெடுக்க கொடுப்பார். அந்த வெண்பாக்கள் படிக்க படிக்க பிரமிப்பை ஏற்படுத்தும்படி இருக்கும். அப்படி மேத்தா சார் கொடுத்த அந்த வெண்பாக்களை திருவல்லிக்கேணி அறையில் இரவு மூன்று மணிவரைகூட உட்கார்ந்து படியெடுத்திருக்கிறேன்.

இப்படி என்னை வாய்ப்பு கிடைக்கும்போதெல்லாம் வளர்த்துவிட்டவர் மு.மேத்தா அவர்கள். அவர் எழுதிய பல

திரைப்படப் பாடல்கள் அவர் எழுதியது என்றே தெரியாமலேயே போயிருக்கிறது. வேலைக்காரன் படத்தில் எல்லா பாடல்களையும் மு.மேத்தா அவர்களே எழுதியிருந்தார். வேலைக்காரன் படப்பிடிப்பு அப்போது டெல்லியில் நடந்துகொண்டிருந்தது.

பனிப்பொழிவு காலம். இயக்குனர் எஸ். பி. முத்துராமனுக்கு ஒரு திடீர் யோசனை. ஒரு டூயட் பாடலையும் இங்கேயே எடுத்துவிட்டால் என்னவென்று தோன்றியது. உடனே சென்னைக்கு போன் பறந்தது. அப்போது ஏவி. எம்மில் இருந்த இசைஞானிக்கு பேசிய எஸ். பி. எம். "அவசரமா ஒரு டூயட் தேவைப்படுது ராஜா நீங்க பாட்டை ரெக்கார்ட் பண்ணி அனுப்பிடுங்க"ன்னு சொல்லிட்டார். ராஜா சார் ஒரு டியூனை போட்டுட்டு மேத்தாவை வரச்சொல்லி எழுத வைக்கிறார். டைரக்டரும் கவிஞருக்கு போன் பண்ணி சிச்சுவேஷனை சொல்கிறார். அப்போது கவிதாலயாவிலிருந்த அனந்து அவர்கள் மூலம் சூப்பர் ஸ்டார் ரஜினி, "நாம தாஜ்மஹாலுக்கு போய் ஷூட் பண்ணப்போறோம்ங்கிறதை கவிஞருக்குச் சொல்லுங்க என்றிருக்கிறார். இது அப்படியே மேத்தா அவர்களுக்கு சொல்லப்பட 'வா வா வா கண்ணா வா' என்ற அந்த டூயட் பாடலில் இப்படி எழுதுகிறார்.

'தாஜ்மஹாலின் காதிலே ராம காதை கூறலாம். மாறும் இந்த பூமியில் மதங்கள் ஒன்று சேரலாம்' இந்த வரிகளை கேட்ட ரஜினி வியப்பின் உச்சிக்குப் போயிருக்கிறார். இந்தப் பாடல் பதிவாகி விமானம் மூலம் டெல்லிக்கு அனுப்பப்பட்டிருக்கிறது. இப்படி வாய்ப்புக் கிடைக்கும்போதெல்லாம் சமூக பிரச்சனைக்களுக்கு குரல் கொடுப்பவர் மு.மேத்தா அவர்கள்.

இப்போது அவருக்கு ஒரு சின்ன பிரச்சனை. 'காஷ்மீர்' என்ற படத்திற்கு பாட்டெழுதி அதற்கான தொகையை தராமல் இழுத்தடித்த பிரச்சனைதான். சினிமாவில் இது சகஜம். அதுவும் பவுன்ஸ் ஆன செக்குகள் அதிகமாக இருப்பது கவிஞர்களிடம்தான். ஆனால் இங்கே காஷ்மீர் படத்தில் பாட்டெழுதின எல்லா கவிஞர்களுக்கும் பணத்தைக் கொடுத்து விட்டு மேத்தா ஐயாவுக்கு மட்டும் தராமல் செய்திருப்பது எனக்கு உறுத்தலாக இருந்தது. அதனால் அந்த கம்பெனிக்கு விடாமல் தொடர்ந்து சென்று விசாரிக்க ஆரம்பித்தேன். இது பற்றி எப்போது கேட்டாலும் "அடுத்த வாரம் வாங்க தர்றோம்" என்றார்கள். வாரம் மாதம் ஆனது. மாதம் மாதங்கள் ஆனது. இது மாதிரி சமயங்களில் கவிஞர் கோபப்பட மாட்டார். "விடுப்பா தந்தா தர்றாங்க இல்லன்னா

போறாங்க" என்று விட்டு விடுவார். ஆனால் இந்த முறை நான் விடுவதாக இல்லை. பல மாதங்கள் கடந்தும் கடன் வசூலில் எந்த முன்னேற்றமும் இல்லை. வார்த்தைகள்தான் மாறியிருந்தது. "க்ளைமாக்ஸ் முடியட்டும்" என்பதுதான் அது.

நான் இப்படி விடாமல் அலைந்து கொண்டிருப்பதைப் பார்த்த கம்பெனி மேனேஜர்„ ""கண்ணன் இவங்க க்ளைமாக்ஸை எப்ப முடிக்கிறது. நீங்க எப்ப பணம் வாங்கறது. ஒரு லெட்டர் எழுதி கொடுத்துட்டுப் போங்க நான் புரொடியூசர் வந்ததும் கொடுக்கிறேன்" என்றார். எனக்கு கோபம்தான் வந்தது. மேனேஜரிடம் பேப்பரை வாங்கி எழுதி அவரிடமே கொடுத்தேன். படித்து விட்டு அந்த அறையே இடிந்து விழும் அளவுக்கு சப்தம் போட்டு சிரித்தார். அங்கிருந்த எல்லோரும் அவரையே திகைத்துப்போய் பார்த்தனர். காரணம் அது ஒரு கவிதை.

"அச்சடித்த காகிதத்தை தேடிவந்து–பூமியின்
அட்சரேகை தேய்ந்ததடா என்கால் நடந்து...
மிச்சமுள்ள என்உயிரும் தீர்வதற்குள்–உங்கள்
உச்சக்கட்ட காட்சியை முடித்திடுக."

மேனேஜர் சிரித்து முடிப்பதற்குள் கவிதை தாள் அந்த அறைக்குள் ஒரு ரவுண்ட் வந்து சிரிப்பை பரவ விட்டது. அதன் பிறகு நான்கு நாட்கள் கழித்து கவிஞரை அழைத்து முழுத்தொகையையும் கொடுத்தனர். அப்போது நானே எதிர்பாரத பெருந்தொகை கொடுத்தார் அந்த பெருந்தகையாளர்.

* * *

சிலோன் விஜயேந்திரன்

திருவல்லிக்கேணியில் கெல்லட் ஸ்கூல் எதிரில் என் அறைக் கதவை தட்டிவிட்டு அமைதியாக நின்றிருந்த அந்த மனிதரை பார்த்ததும் தூக்கிவாரிப் போட்டது எனக்கு. தோள்பட்டையில் புரளும் ப்ரவுன் கலர் முடி, ஆஜானுபாகு தோற்றம், முரட்டு ஷூக்கள் என்று திகில் கிளப்பினார். அவர் நடிகர் சிலோன் விஜயேந்திரன்.

'வணக்கம் தோழரே. உள்ள வரலாமா' கனிவான அவரது குரல் அவரை பற்றிய என் எண்ணத்தை மாற வைத்தது. 'வாங்க தோழர்.'

'நீங்க மு.மேத்தாகிட்ட இருக்கறதா நண்பர்கள் சொன்னாங்க அதான் பார்த்துட்டு போகலாம்னு வந்தேன்.' என்று எனக்கு அறிமுகமானார். பேச்சில் ஈழத்தின் வாசம் அதிகமிருக்கும்.

அப்போதிருந்து நல்ல நண்பரானார்.

அடிக்கடி அறைக்கு வருவார் வாங்க டீ சாப்பிடலாம் என்று உரிமையோடு கூப்பிடுவார். அநேக நேரங்களில் நானே பணம் கொடுக்க வேண்டியிருக்கும் அபூர்வமாக அவர் கொடுப்பார். அவர் எழுதிய புத்தகத்தைக் கொண்டு வந்து கொடுத்து 'தோழரே இதை வெச்சிக்கிட்டு நூறு ரூபா தாங்க' என்பார் என்கிட்ட இருக்கும் சொற்ப பணத்தை கொடுத்து வாங்கிக்குவேன்.

நிரந்தர வருமானம் இல்லாதது, குடும்ப உறுப்பினர்களை சந்திக்க சிலோன் போக முடியாதது, தனக்கென்று ஒரு குடும்பம் இல்லாதது போன்ற பல்வேறு மனக் கவலையால் இருந்தார் எப்போதும் முகத்தில் ஒரு சோகம் குடியிருக்கும்.

சினிமாவில் நடிக்க ஆசைப்பட்டு வந்தவருக்கு அவருடைய தோற்றம் சண்டைக் கலைஞராக நடிக்க வாய்ப்பு வாங்கிக் கொடுத்தது.

ரஜினி, கமல் உட்பட பலருடன் நடித்தவர். குறிப்பாக சண்டைக்காட்சியில் மட்டுமே வருவார். ஈஸ்ட்மெண்ட் கலர் கௌபாய் படங்களில் இவரை குதிரைகளில் அதிகமாக பார்த்திருக்கலாம். சிலோன் விஜயேந்திரன் என்று டைட்டிலில் இவர் பெயர் இருக்கும். சண்டை காட்சிகளில் குதிரையேற்றம், பல அடி உயர உயரத்திலிருந்து குதிப்பது, கற்பழிப்பது, கொடூர கொலைகளை செய்வது என்று படத்தில் பயமுறுத்துவார்...

ஆனால் அவர் முரட்டுத்தனமான தோற்றமே தவிர மெல்லிய மனம் கொண்டவர். தமிழ் நூல்களை படித்து புலமைபெற்றவர். இலக்கியங்கள் பற்றி பசியே மறந்து போகும்படியாக சுவாரஸ்யமாகப் பேசிக்கொண்டிருப்பார்.

பாரதியார் நினைவு இல்லத்தின் மாடியில் செய்தி தொடர்புத் துறைக்கு சொந்தமான ஒரு நூலகம் இருந்தது... அந்த நூலகத்துக்கு பெரும்பாலும் யாரும் வருவதில்லை. எப்போதும் அமைதியாக இருக்கும். எங்களுக்கு ஒரு நாளின் பல மணிநேரங்கள் . அங்கேயே கழியும். மிகவும் பழைமையான பதிப்புக்கள் அங்கு இருந்தது. அந்த நூலகம் பின்னர் பழைய கலைவாணர் அரங்கத்தின் பின்புறம் மாற்றப்பட்டது. பிறகு அங்கிருந்து அகற்றப்பட்டது. இப்போது அந்த அபூர்வ புத்தகங்கள் எங்கிருக்கிறது என்றே தெரியவில்லை.

ரத்னா கபே பக்கத்திலிருந்த ஒரு அழுக்கடைந்த பழைய மேன்சனில் தங்கியிருந்தார். நான்காவது மாடியில் அவரது அறை இருக்கும். ஓரிரு முறை அவரது அறைக்கு போயிருக்கிறேன்.

மேன்சனில் கீழ் பகுதியில் மண்ணெண்ணை பேரல் பேரலாக வைக்கப்பட்டிருக்கும். அங்கேயே மண்ணெண்ணை வேறு வேறு பேரல்களுக்கு மாற்றிக்கொண்டிருப்பார்கள்

கும்மிருட்டில் படிகளே தெரியாது. மாடர்ன் தியேட்டர் படங்களை நினவுபடுத்தும் இடமாக அது இருந்தது.

அறை முழுக்க ஆங்கில படங்களின் வீடியோ கேசட்டுகளும், அபூர்வமான தமிழ் இலக்கிய புத்தகங்களும் இருக்கும். அதையெல்லம் என்கிட்ட காட்டுவார்.

மேன்சனிலிருந்து நடந்தே மவுண்ட் ரோடு தேவநேய பாவாணர் அரங்கத்தில் நடக்கும் இலக்கிய விழாக்களுக்கு அடிக்கடி போவோம் அரங்கத்தின் வெளியே விற்பனைக்குப் போடப்பட்டிருக்கும் புத்தகங்களின் ஆசிரியர்கள் யார் என்பதையெல்லாம் சொல்லுவார்... சாலையோரம் இருக்கும்

கடையில் இரவு சாப்பாட்டை முடித்துக் கொண்டு அறைக்கு திரும்புவோம்.

சில நேரங்களில் அவரை தவிர்க்க வேண்டும் என்று நினைத்து நண்பர்களிடம் நான் அறையில் இல்லை என்று சொல்லி அனுப்பிவிடச் சொல்லுவேன். அவர் பரிதாபமாக நடந்து போகும் காட்சியை பார்த்துட்டு மனசு கேட்காமல் நானே போய் கூட்டிட்டு வருவேன். இருக்கும் பணத்தை வைத்து சாம்பார் சாதம், புளியோதரை சாப்பிடுவோம். 'நன்றி தோழரே' என்றபடி ஒரு சிகரெட்டை இழுத்துக்கொண்டே போய் விடுவார்.

ஒரு நாள் உற்சாகமாக அவரை பார்த்தேன். மறக்கப்பட்ட கவிஞர்களும் 'மறக்க முடியாத பாடல்களும் என்ற தலைப்பில்' ஒரு புத்தகத்தை எழுதி முடித்திருந்தார். அதை புத்தகமாக்க பணம் இல்லாமல் பல நாள் என்னிடம் சொல்லியிருக்கிறார். அன்று ஊர்வசி சோப்பு கம்பெனியின் உரிமையாளர் செல்வராஜ் அவருக்கு ஒரு தொகை கொடுத்து புத்தகத்தை பதிப்பிட வைத்திருந்தார். அந்த புத்தகம் அரிய தகவல்களை கொண்டது. ஒரே ஒரு ஹிட் பாடல் எழுதிவிட்டு காணாமல் போன கவிஞர்களை கண்டு பிடித்து எழுதியிருந்தார். ரொம்பவும் அபூர்வ தகவல்கள் அதில் இருந்தது. எனக்கும் ஒரு புத்தகம் கொடுத்தார். வழக்கத்திற்கு மாறாக அவர் முகத்தில் சந்தோஷம் ஒரு சிகரெட்டை இழுத்துக் கொண்டே 'சிறிலங்கா போகப்போறேன் நண்பா... உறவுகளை பார்க்கணும். இந்த வாரத்துல கெதியா புறப்படவேணும்" என்று ஒரு பெருமூச்சுடன் புகையை இழுத்து விட்டார்.

மறுநாள் நான் உறவினர் வீட்டுக்கு பல்லாவரம் சென்று விட்டு மதியம் மூன்று மணிக்கு திரும்பினேன். பஸ் திருவல்லிக்கேணி நெடுஞ்சாலையில் போன போது ஏரியா முழுக்க கூட்டம் இரண்டு தீயணைப்பு வண்டிகள் ரத்னா கபே முன் நின்றிருந்தன. புகை மூட்டம் பரவிக்கிடந்தது.

இறங்கிப்போய் பார்த்து அதிர்ந்து போனேன். சிலோன் விஜயேந்திரன் தங்கியிருந்த பழைய மேன்சனில் தீ பிடித்து எரிந்திருந்தது. தண்ணீரை பீச்சி அடித்துக்கொண்டீருந்தனர். அங்கு இருந்த எனக்கு தெரிந்த நபரிடம் இவரை பற்றி விசாரித்தேன்.

யாரோ புதிதாக மேன்சனுக்கு வந்த ஒருவர் சிகரெட் பிடித்து விட்டு சாம்பலை தட்டி விட அந்த நெருப்பு கீழே மண்ணெண்ணை மாற்றிக் கொண்டிருந்த இடத்தில் விழுந்து பேரல்கள் வெடித்து சிதறியிருக்கிறது. மள மளவென நெருப்பு கட்டிடம் முழுவதும்

வேகமாக பரவியிருக்கிறது. இதில் நான்காவது மாடியில் இருந்து என்ன செய்வதென்று தெரியாமல் பதறியிருக்கிறார் விஜயேந்திரன் கடைசியில் அவருக்குக் கைகொடுத்திருக்கிறது ஸ்டண்ட் கலை. துணிச்சலாக அங்கிருந்து குதித்து விட்டார். அவர் குதித்து கீழே வரவும் இன்னொரு பேரல் வெடித்து உருண்டு வரவும் சரியாக இருந்திருக்கிறது. தீயின் உக்கிரத்தின் நடுவில் மாட்டிக்கொண்டு அலறியிருக்கிறார். ஒரு வழியாக வெளியே வந்த அவரை ராயப்பேட்டை மருத்துவமனையில் சேர்த்திருக்கிறார்கள். நான் போய் பார்த்த போது தீக்காய பிரிவில் ப்ளாஸ்டிக் சீட்டில் கை கால்கள் முழுதும் வெந்த நிலையில் அலறிக் கொண்டிருந்தார். என்னைப் பார்த்ததும் 'நண்பா... நண்பா முடியலியே வலிக்குதே' என்ற அவரது கதறல் கலங்க வைத்தது. கண்களில் ஈரம் பரவ கையறு நிலையில் நின்றிருந்தேன்

மறுநாள் ஒரு நபர் என் அறைக்கு ஓடி வந்து 'சார் உங்க ஃப்ரண்ட் செத்துப் போயிட்டாரு சார்' என்றார். அன்றைக்கு முழுவதும் அறையை விட்டு வெளியே வரவில்லை.

வாழ்ந்த ஊரை விட்டு சொந்த பந்தங்களை பிரிந்து பிழைப்புத்தேடி. ஏதோ ஒரு காரணத்திற்காக வெளியூர்களில் வாழ்கிறவர்களுக்கு கடைசி காலம் இப்படி இருக்கக்கூடாது.

* * *

பாசத்திற்குரிய பாலு சார்

அப்போது ராமாவரத்தில் ஒரு வீட்டில் மௌனிகாவோடு தங்கியிருந்தார் பாலுமகேந்திரா. அவர் என்னை பார்க்க விரும்புவதாக எனக்கு போனில் தெரிவித்திருந்தார் மௌனிகா. காலிங் பெல்லை அழுத்திவிட்டு காத்திருந்தேன். "இதோ கண்ணன் வந்தாச்சு" என்று பாலு சார் இருந்த அறையை எட்டிப் பார்த்து சொல்லி விட்டு சிரித்துக் கொண்டே வந்து கேட்டை திறந்தார்.

"நீங்க பேசிக்கிட்டிருங்க நான் சாப்பிட எதாச்சும் கொண்டுவரேன்" என்று மௌனிகா உள்ளே போக, "வா கண்ணன் உட்கார்" என்று மெதுவாக கையை காட்ட அமர்ந்தேன். "எனக்கு ஒரு உதவி பண்ணனும் கண்ணன்" என்று என்னைப் பார்த்தார். "என்ன இப்படி கேக்குறீங்க. என்ன செய்யனும் சொல்லுங்க. செய்றேன். "மௌனியோட வீட்ல ஒரு திருமணம் அவளுக்கு உதவி செய்ய யாருமில்ல. நீ கூட இருந்து உதவி செய்ய முடியுமா" என்று சொல்லிவிட்டு அமைதியாக என்னைப் பார்த்தார். "என் வேலைகளுக்கிடையில் நான் கண்டிப்பா இதை நான் செய்து கொடுக்கிறேன் சார்" என்றதும்தான் அவர் முகத்தில் சிரிப்பை பார்க்க முடிந்தது. "நன்றியப்பா" என்று சொல்லிவிட்டு காபியோடு வந்த மௌனிகாவிடம் "கண்ணனிடம் சொல்லிட்டேன் சந்தோஷம்தானே" என்று சிரிக்க, தேங்க்ஸ் என்றபடி எனக்கு காபியை கொடுத்தார். அந்த காலகட்டத்தில் பாலு சாருக்கு நிறைய கடன்கள் இருந்ததாக கேள்விப்பட்டிருந்தேன். மேலும் மருத்துவச் செலவு ஒருபக்கம் திணறடித்துக் கொண்டிருந்தது. இதனால் மௌனிகா அப்போது நிறைய சீரியல்களில் நடித்துக் கொண்டிருந்தார்.

குறும்படங்கள் குறித்து அவரோடு பேச ஆரம்பித்தேன். பரபரப்பான இயக்குனராக இருந்தபோதும் குறும்படங்கள் எடுப்பதை பாலுமகேந்திரா எப்போதும் கைவிட்டதில்லை. இது பற்றி அவரிடம் கேட்டபோது, "குறும்படங்கள் எடுப்பது ஒரு

சுகானுபவம்” என்றார். நான் அவர் எப்போதோ எடுத்த ஒரு குறும்படத்தைப் பற்றி என் உணர்வுகளை பகிர்ந்து கொண்டேன். அவருக்கு ஆச்சரியமாக இருந்தது. அது குமுதத்தில் ஒரு பக்க கதையாக வந்திருந்தது. அது ஏற்படுத்திய பாதிப்பால் அந்த கதையை படமாக்கியிருந்தார் பாலு சார். “அந்த கதையை எழுதியவர் பெயர் எனக்கு மறந்துவிட்டது கண்ணன். உனக்கு நினைவிருக்கா” என்றார் “இருக்கு சார் சூரியசந்திரன்” என்றேன். “ஆமாம்ப்பா. அவரை கண்டுபிடிக்க முடியுமா கண்ணன்” என்று குழந்தைபோல் கெஞ்சினார். காரணம் அந்தக் கதையின் மேல் அவர் வைத்திருந்த காதல். கண்ணுக்குத் தெரியாத ஒரு அறிமுக எழுத்தாளர் எழுதிய படைப்புதானே என்று அலட்சியப்படுத்தாமல் அந்த படைப்பை மதித்து அவரை சந்திக்கத் துடிக்கும் அந்த படைப்புள்ளம் யாருக்கு வரும்.

பாலு சாரை கிறங்கடித்த அந்தக் கதை இதுதான். ஊரில் பெரிய நிலச்சுவான்தாராக இருக்கும் ஒரு பெரியவர் தெரு நாய்குட்டி ஒன்றை கண்டெடுத்து வளர்த்து வருவார். அவர் வீட்டில் யாரும் அவரை மதிப்பதில்லை. இந்த நாய்தான் அவருக்கு துணை... குட்டிநாய் வளர்ந்து பெரிதாகிவிடும். திடீரென்று ஒரு நாள் அந்த பெரியவர் இறந்துவிடுவார். பெரும் சொத்து வைத்திருப்பவர் என்பதால் சொந்தங்கள் திரண்டு வந்தது. பெரியவர் உடலை நாற்காலியில் வைத்து அழும். அப்போது ஒரு புகைப்படக்காரர் பெரியவரை சுற்றியழும் கூட்டத்தை போட்டோ எடுப்பார். அங்கு அழுதுகொண்டிருந்த அத்தனைபேரும் உடனே முகத்தை துடைத்து, தலையை சரிசெய்து போட்டோவிற்கு போஸ் கொடுப்பார்கள். ஆனால் அந்த பெரியவர் வளர்த்த நாய் மட்டும் “நம்ம ஃப்ரண்டுக்கு என்னாச்சு” என்கிற மாதிரி உயிரற்ற அவரது உடலை வெறித்து பார்த்தபடி நிற்கும். இதுதான் அந்தக் கதை.

இதை உயிரோட்டமாகப் படம்பிடித்திருப்பார் பாலுமகேந்திரா. ஒரு படைப்பிற்கு மரியாதை செய்யும் அந்த பேரன்பும் பெருங்கருணையும் பாலுமகேந்திராவிற்கு மட்டுமே உண்டு. அவரோடு பேசி முடித்து கிளம்பும் போது, “இரு என் பிள்ளைகளை உனக்கு அறிமுகம் செய்து வைக்கிறேன்” என்று மாடிக்கு அழைத்துப்போனார். எனக்கு யாராக இருக்கும் என்று சர்ப்பரைஸ். மாடிக்குப் போனால் மாடி முழுதும் வண்ண வண்ண பூக்களோடு செடிகள் நிறைய இருந்தன. ஒவ்வொரு செடியாக எனக்கு அறிமுகம் செய்து வைத்தார். ‘இவன் பேரு வித்தியாசமானது. இவன் என்ன செய்வான் தெரியுமா

இலைகளையே பூக்களோட நிறத்துல முளைக்க வைப்பான். மூணு மாசம் இலைகளை உதிர்த்து விட்டு நிற்பான். அப்புறம் தளைப்பான்" என்று நிஜக் குழந்தைகளை போல வாஞ்சையோடு செடிகளை தடவிக்கொடுத்தார்.

இந்த நேரத்தில் தான் ஒரு தலைசிறந்த கேமராமேன், இயக்குனர் என்ற எந்த கிரீடமும் அவர் தலையில் இருந்ததில்லை. இந்த எளிமையை பல்வேறு இடங்களில் அவரிடம் காணலாம்... நான் அப்படி பலமுறை பார்த்த இடங்கள் புத்தக வெளியீட்டுவிழா, இலக்கிய கூட்டங்கள், பத்துப் பேர் கூடியிருக்கும் கூட்டமென்றால்கூட பின் வரிசையில் அமைதியாக அமர்ந்து கூட்டத்தை ரசிப்பார். யாராவது வற்புறுத்தி அழைத்தால் மட்டுமே முன்னால் போய் உட்காருவார். பேசச்சொன்னால் மறுத்துவிடுவார். இப்படி ஒரு இயக்குனருக்கு படம் எடுப்பது மட்டுமே வேலையில்லை. அவன் இலக்கிய உலகத்தினரோடும், சாமான்ய மக்களோடும் இணைந்திருக்கவும் வேண்டும் என்ற பண்பு அவரிடம் இருந்தது. ஆனால், அந்த மனிதனின் பெருங்கருணைக்காகவே என் வேலைகளுக்கிடையே மௌனிகா அவர்களுக்குத் திருமண ஏற்பாடுகளில் உதவியாக இருந்தேன்.

அதற்கு பிறகு வேறொரு சந்தர்ப்பத்தில் பாலு சாரை பேட்டி எடுக்க போயிருந்தேன். அப்போது அவர் சிங்கப்பூர் பிளாசா பக்கத்தில் இருந்தார். நான் போனபோது அவர் அலுவலக சுவரில் 'நடிக்க ஆட்கள் தேவை' என்று எழுதியிருந்தது. அது பற்றி பாலு சாரிடம் கேட்டேன், "நம்ம கதைக்கு ஏற்ற ஆட்கள்தான் தேவை" என்று மட்டும் சொல்லிவிட்டு மௌனமானார். 'அனல் காற்று' என்ற படம் பற்றி சில தகவல்களை பகிர்ந்து கொண்டார். "ஹீரோ யார் சார்" என்றதும், "நமக்கு பெரிய ஹீரோவெல்லாம் ஒத்துவராது. என் ஹீரோ லயோலா கல்லூரியில் படிக்கிறார்" என்று மட்டும் சொன்னார். "இங்க காடு பற்றி ஒரு படம் எடுக்க வேண்டுமென்றாலும் காதல்வேணும், கடல் பற்றி ஒரு படம் எடுக்கணும்னாலும் காதல் வேணும். அதை இந்த 'அனல் காற்று' வித்தியாசப்படுத்திக்காட்டும் தேனி" என்றார்.

அப்போது எனக்கு திருமணம் நிச்சயமாகியிருந்தது. வேலை நேரத்திலேயே தெரிந்தவர்களுக்கு அழைப்பிதழ் வைத்துக்கொண்டிருந்தேன். நேரம் போதமலிருந்தது. இந்த நேரத்தில் பாலு சார் வரச்சொல்லி விட்டார். பரபரப்பாக அவர் முன் அமர்ந்தேன். பேட்டியை ஆரம்பிக்கலாமா சார்.

என்றதும், "நான் சொல்றது முழுமையாக வரமாட்டேன்கிறது தேனி அதனால் நான் எழுதிக்கொடுத்திடுறேன் ரெண்டு நாளில் சந்திப்போம்" என்றார். எனக்கு அழைப்பிதழ் வைக்க நேரம் கிடைத்ததே என்று குஷி.

"சார் உங்களோடு போட்டோ எடுத்துக்கனும்" என்றேன் 'வா' என்று அழைத்துக் கொண்டுபோய் அங்கிருந்த ஜன்னலை திறந்து விட்டு சுவரில் ஸ்டைலாக கை வைத்து கொண்டு நின்றார். போட்டோகிராபருக்கு எந்த ஆங்கிளில் எடுக்க வேண்டும். லைட்டிங் எப்படி வரணும் என்று முன்பே சொல்லி விட்டார். அப்படி ஒரு அக்கறை. இது தன்னை சந்திக்க வரும் அத்தனை பேரிடமும் இருக்கும். "நான் கிளம்புறேன் சார்" என்றதும். "இரு அதென்ன கையிலே" என்றார். "எனக்கு திருமணம் அதான் பத்திரிகை நண்பர்களுக்கு சந்திக்கும் இடத்தில் அழைப்பிதழ் வைக்க ஏதுவாய் கையிலேயே வெச்சிருக்கேன்" என்றேன். "ஏன்ப்பா எனக்கெல்லாம் அழைப்பு இல்லையா நான் வரக்கூடாதா" என்று கை விரல்களை விரித்து கேட்கவும் நான் பதறிப்போனேன். வெட்கமாகவும் போனது. அவசரமாக ஒரு அழைப்பிதழை எடுத்து பெயர் எழுதிக் கொடுத்தேன். பிரித்துப் பார்த்துவிட்டு என் மனைவி பெயரை ஒருமுறை உச்சரிக்கிறார். "இங்க வா" என்று மறுபடியும் அறைக்குள் செல்கிறார். ஒரு ப்ரவுன் கவரை எடுத்து என் பெயரையும் என் மனைவி பெயரையும் எழுதி வாழ்க மணமக்கள் என்று எழுதி "இந்தா முதல் மொய் என்னுடையதுதான்" என்று சிரித்துக் கொண்டே கொடுத்தார். "மௌனி வீட்டு திருமணத்தில் அவ்வளவு உதவியா இருந்த, உன் திருமணத்துக்கு நானே வரணும். ஆனால் வேலைகள் இருப்பதால வர முடியல" என்று என் கைகளை பற்றிக் கொண்டார்.

இதன் பிறகு பல வருடங்கள் கழித்து அவரது பட்டறையில் சந்திக்க சென்றேன். ராஜா சாரின் புகைப்படக் கண்காட்சிக்காக அழைக்க சென்றிருந்தேன். "வா தேனி எங்கப்பா இருக்கே காணோம். ஆமா, ராஜா போட்டோ கண்காட்சி நடக்கப்போறதா கேள்விப்பட்டேன். நீதான் அந்த ஏற்பாட்டை செய்யிறியா. ரொம்ப சந்தோசமா இருக்கு தேனி. நானும் கமலும் எவ்வளவோ சொல்லிப் பார்த்தோம், ராஜா அப்பலாம் கேட்கல. நாங்க செய்யாததை நீ செய்து சாதிச்சிட்ட. நான் கண்டிப்பா வரேன். அன்றைக்கு காலையில மட்டும் எனக்கு போன் பண்ணிடு" என்று பக்கத்திலிருந்த டைரியை எடுத்து தன் கைப்படவே

குறித்து வைத்துக் கொண்டார். அதன் பிறகு அவர் கேட்டதுதான் அவரது படைப்புப் பாசம். “தேனி அந்த சூரியசந்திரனை கண்டுபிடிச்சிட்டியா” என்றதும் நான் ஆடிப்போய் விட்டேன்.

கடைசிவரைக்கும் கதையும் கருணையுமாக வாழந்து விட்டுப் போன பாலு சாரை இப்போது நினைத்தாலும் மனம் கலங்குகிறது. யாரோ முகம் தெரியாத ஓர் எழுத்தாளனை பார்க்க, இந்திய சினிமாவின் முகமாக இருந்த ஒரு இயக்குனர் ஆசைப்படுகிறார் என்றால் அந்த எளிமையை என்னவென்று சொல்வது. ஆனால் அவரது உதவியாளர்களாக இருந்தவர்களோ எழுத்தாளர்களே எளிதில் சந்திக்க முடியாத சந்திரகுப்த மௌரியர்களாகவே வலம் வருகிறார்கள்.

பாலு சார் நீங்கள் பிள்ளைகளாக நினைத்து வளர்த்து, உருவாக்கிய பிரமாண்ட இயக்குனர்கள் செய்யப்போகும் காரியம் என்ன தெரியுமா? காதலோடு கட்டி வளர்த்த உங்களின் நடிப்புப் பயிற்சி பட்டறையை இடித்து விட்டு அடுக்குமாடி குடியிருப்பு கட்டப்போகிறார்களாம். இந்தத் தகவல் உங்கள் ஆன்மாவிற்கு தெரிந்து விடக்கூடாது என்பதுதான் எனக்கு கவலையாக இருக்கிறது.

* * *

கவிவேந்தரும் கமல்ஹாசனும்

கவிஞர் மு.மேத்தாவின் கண்ணீர்ப் பூக்கள், அவர்கள் வருகிறார்கள், நந்தவன நாட்கள் போன்ற கவிதை தொகுப்புகள் பரபரப்பாக விற்பனையாகி இளைஞர்கள் மத்தியில் புதிய எழுச்சியை ஏற்படுத்திக்கொண்டிருந்த நேரம் அது. கண்ணீர்ப்பூக்கள் புத்தகத்தை இளைஞர்கள் தங்கள் கைகளில் வைத்துக்கொண்டு பேருந்துகளிலும் பூங்காக்களிலும் வலம் வருவதை பெருமையாக நினைத்தார்கள். அப்படியொரு தாக்கத்தை ஏற்படுத்தியிருந்தது அந்த படைப்பு. அது திரையுலகையும் விட்டு வைக்கவில்லை.

எழுத்தாளர் பாலகுமாரன் ஒருநாள் கமல்ஹாசன் அவர்களை சந்தித்துப் பேசிக்கொண்டிருந்தபோது கவிஞர் மேத்தாவின் கண்ணீர்ப்பூக்கள் ஏற்படுத்தியிருக்கும் தாக்கத்தைப் பற்றி கமல்ஹாசன் பாலகுமாரனிடம் பேசியிருக்கிறார் "மேத்தா மாதிரியான கவிஞர்கள் திரையுலகிற்கு வர வேண்டும்" என்ற தன் கருத்தை பகிர்ந்துகொண்டிருக்கிறார். இந்த சம்பவத்தை பாலகுமாரன் மேத்தாவிடம் கூறி, "நீங்கள் கமல்ஹாசனை சந்தித்துப்பேசுங்கள் என்று சொல்லியிருக்கிறார்" ஆனால் மேத்தாவோ "ஒரு துறையில் ஜெயிப்பவர்களை பற்றி இன்னொரு துறையில் இருப்பவர்கள் புகழ்ந்து பேசுவது என்பது சாதாரணமான விஷயம் கிரிக்கெட்டில்; ஜெயிப்பவர்களை பற்றி நாம் பேசுவதில்லையா" என்று சொல்லி விட்டு அமைதியாகி விட்டார்.

பிறகு ஒருநாள் கமல் பாலகுமாரனிடம் மேத்தாவை பற்றி விசாரித்து கேட்டபோது, "மேத்தாவிற்கு சினிமாத்துறையில் ஆர்வமில்லை போல" என்று சொல்ல, 'அவரை நான் பார்க்க விரும்புகிறேன் ஒருநாள் அழைத்து வாருங்கள் என்று பாலகுமாரனிடம் சொல்லியிருக்கிறார்.

கவிஞர் மேத்தா, கமல்ஹாசன் சந்திப்பு நடக்கிறது. அப்போது கமல் மேத்தாவுடன் மனம் விட்டு பேசுகிறார். "சினிமாவை நீங்கள்

அலட்சியப்படுத்தக்கூடாது. ஒரு கவிதையை நீங்கள் எழுதிவிட்டு அதை புத்தகமாக போடுவது எதற்காக வாசகர்களை சென்று சேரவேண்டும் என்பதற்காகத்தானே. அதே கவிதையை ஒரு சினிமா பாட்டில் நீங்கள் எழுதினால் பட்டி தொட்டி எல்லாம் பாட்டாய் பறக்கும். அது உங்களை நாலு பேருக்கு தெரிந்த பிரபலமாக மாற்றி விடும்" என்று சொல்லி தன்னுடைய வாழ்க்கையில் நடந்த சம்பவத்தை உதாரணமாகச் சொல்லியிருக்கிறார்.

கமல் நடித்து பாலசந்தர் இயக்கிய 'ஏக் துஜே கேலியே' படம் எல்லா மொழிகளிலும் கொடிகட்டி பறந்து கொண்டிருந்த நேரம், ஒருநாள் கமல் விமான பயணம் செய்திருக்கிறார். அவருக்கு பக்கத்து சீட்டில் ஒரு தொழிலதிபர் அமர்ந்து புத்தகம் படித்துக்கொண்டிருக்கிறார். கமல் போய் அவர் பக்கத்தில் அமர்ந்த பிறகும் அவரை கண்டுகொள்ளவில்லை தொழிலதிபர். இதனால் கமலுக்கு ஒரு கலைஞனுக்கே உள்ள ஈகோ வந்து விட்டது. அந்தத் தொழிலதிபர் கவனத்தை கவர செருமுகிறார், எழுந்து சீட்டில் உட்காருகிறார். ஆனால் எதற்கும் அவர் திரும்பிப்பார்க்கவில்லை. வேறு வழயில்லாமல் கமல் "ஹலோ நான் கமல்" என்று தொழிலதிபருக்குக் கை கொடுத்திருக்கிறார். உடனே அவரும் "ஹாய் எந்த கமல்?' என்று பதிலுக்கு கேட்க, கமலுக்கு ஷாக். 'கமல்... கமல்ஹசன்" என்று சொல்ல, "யா என்ன பண்றீங்க" என்று மீண்டும் கமலுக்கு ஷாக் கொடுத்திருக்கிறார். "நான் நடிகன்... ஏக் துஜே கேலியே..." என்று கமல் விட்டு விட்டு பேச, "ஓ இதுதான் உங்கள் முதல் படமா" என்று கேட்கவும், கமலுக்கு ஒரு மாதிரியாகி அமைதியாகி விட்டார்.

இந்தச் சம்பவத்தை மேத்தாவிடம் சொல்லி அந்தத் தொழிலதிபருக்குத் தெரியும்படி நான் இன்னும் சரியாக உழைக்கவில்லை என்றுதான் அர்த்தம். அதனால் கவிதை புத்தகமாக வந்து கடையில் காத்திருக்கும் உங்கள் கவிதைகள் சினிமாவில் பாடலாக வந்தால் பெரிய அளவில் வெளியில் தெரியுமே என்று மேத்தாவிற்கு சொல்லி பாலகுமாரனிடம் "மேத்தாவை மனோபாலாவிடம் அழைத்துச்செல்லுங்கள்' என்று அனுப்பி வைத்திருக்கிறார்.

அப்போதுதான் மனோபாலா தன்னுடைய முதல் படமான 'ஆகாய கங்கை' படத்திற்கான ஆரம்பகட்ட பணிகளில் இருந்தார். படத்துக்கு இசை இளையராஜா. இயக்குனர் மனோபாலா மேத்தா அவர்களை இளையராஜாவிடம் அறிமுகம் செய்து வைக்கிறார்.

‘நான் கேள்வி பட்டிருக்கிறேன். படித்திருக்கிறேன்’ என்று சொல்லி முதல் டியூனை கொடுத்திருக்கிறார்.

ஆச்சரியம் ஒரு புது கவிஞருக்கு கொஞ்சம் கொஞ்சமாக சந்தம் கொடுத்து எழுத வைப்பது போலவே ஆகாய கங்கை படத்திலும் ‘தீம் திரனனா திரனனனனா என்று இளையராஜா சந்தம் கொடுக்க “தேனருவியில் நனைந்திடும் மலரோ... தொடரும் கதையோ எதுதான் விடையோ” என்ற அழகான மெலடிப் பாடலை எழுதினார் கவிஞர் மு.மேத்தா.

‘முகவாசல் மீது தீபம் இரு கண்களானதோ’ என்று கவிநயம் செழிக்க எழுதிய கவிஞர் ஒரு இடத்தில் ‘நீ நிலவோ... ஏன் தொலைவோ’ என்று எழுதியிருந்தார். அதை இளையராஜா அவர்கள் ‘ஏன் தொலைவோ நீ நிலவோ’ என்று மாற்றி அழகூட்டினார் இதுதான் இசைஞானி இளையராஜாவின் இசையில் கவிஞர் மு.மேத்தா அவர்கள் முதல் பாடல் எழுதிய கதை.

* * *

தங்கத்தில் முகமெடுத்த முத்துலிங்கம்

இசைஞானியின் புத்தக அறிமுகம் விழாவில் பேசும்போது ஏகப்பட்ட அப்ளாஸ்களை அள்ளியிருந்தார் முத்துலிங்கம். இதனால் "மதுரை விழாவிற்கும் அவரையே வரச்சொல்லிடுய்யா" என்று என்னிடம் சொல்லியிருந்தார் இசைஞானி.

இது பற்றி அவரிடம் சொல்வதற்காக கவிஞரின் வீட்டுக்கு போயிருந்தேன். அப்போது மேடையில் பேசப்போகும் விஷயங்கள் பற்றி என்னிடம் சொன்னார். கவிதை நடையில் இருந்த மேடைப்பேச்சு அது. இடையில் ராஜா சாரை பற்றி ஒரு கவிதையும் சொன்னார். சிறப்பான பேச்சு. அப்போது அவரிடம் அனுமதி கேட்டு நான் ராஜா சார் எழுதிய கவிதையை பற்றி சொன்னேன். "நான் சொன்னதை விட நீ சொன்னது நல்லாயிருக்கு கண்ணன் அதனால் உன்னுடைய கவிதையையே மேடையில் வாசிக்கிறேன்" என்று குண்டை தூக்கி போட்டார்.

நான் உடனே, ஐயா என் அலுவலக மேடையில் நான் எழுதின கவிதையை சொன்னால் நான் சொல்லிதான் பேச வெச்சதாக நினைச்சிடுவாங்க" என்று மறுத்தேன். ஆனால் அவர் "யோவ் கவிதை நல்லாயிருக்கு நான் வாசிக்கிறேன் யார் என்ன சொல்லப்போறாங்க" என்று விழாவிற்கு தயாராகிட்டார். எனக்கு உள்ளுக்குள் உதறல். இதை அலுவலகத்தில் எப்படி எடுத்துக் கொள்வார்களோ என்று தயக்கம். அப்புறம் ராஜா சார் என்ன சொல்வாரோ என்றும் பயம். மதுரை விழா நாள் வந்தது. இசைஞானி முதல் நாளே மதுரை வந்து தங்கியிருந்தார். காலையில் மதுரை மீனாட்சியம்மன் கோவிலுக்கு போய் சாமி தரிசனம் செய்து வந்தோம்.

கோவிலுக்கு போவதற்கு முன் காலை ஆறு மணிக்கே தாஜ் ஹோட்டல் காட்டேஜிற்கு வரச்சொல்லியிருந்தார். நான் போனபோது, காலை உணவு வந்திருந்தது... என்னையும் அங்கேயே சாப்பிட வைத்தார் இசைஞானி. கோவிலுக்கு புறப்பட்டோம்...

கோவிலுக்குள் தெப்பக்குளத்திற்கு அருகில் உள்ள விபூதி விநாயகரை வணங்க பக்தர்கள் வரிசையில் நின்றார். முன்னால் நின்ற பக்தருக்கு தன் பின்னால் இசைஞானி நிற்கிறார் என்பது தெரியவில்லை. விநாயகரை வணங்க அவர் திரும்பியபோது ராஜா சாரை பார்த்துவிட்டார். அதன் பிறகு அவர் சாமியை கும்பிடவில்லை. இப்படி கோவில் சுற்றி முடிக்கும் வரை நிறைய பரவசக்காட்சிகள்.

ராஜா சார் எப்போது வெளியூர் அல்லது வெளிநாடு சென்றாலும் கையில் கேமராவையும் கொண்டு செல்வார். அந்த விலை உயர்ந்த கேமராவை என் கையில் கொடுத்திருந்தார். கோவிலை சுற்றிப் பார்க்க பள்ளி மாணவிகள் வந்திருந்தனர். அவர்கள் ராஜா சாரை பார்த்தவுடன் சூழ்ந்து கொண்டனர். சிரித்து கொண்டே அவர்களை தன் கேமராவில் படமெடுத்துக்கொண்டார் . தரிசனம் முடிந்ததும் காட்டேஜிற்கு திரும்பினோம். மாலையில் விழா ஏற்பாடுகள் பற்றி விளக்கி விட்டு மற்ற பணிகளை கவனிக்க புறப்பட்டேன்.

முத்தையா மன்றத்தை மாலை 4 மணியிலிருந்தே ரசிகர்கள் முற்றுகையிட ஆரம்பித்தனர்... விழா துவங்கியது. அப்போதுதான் எனக்கு முத்துலிங்கம் ஐயாவை பற்றி நினைவு வந்தது. “ஐயா அந்த கவிதையை சொல்லனுமா யோசிச்சுக்கோங்க” என்றேன். “பார்க்கலாம்” என்று என் பயத்தை அதிகரித்தார். முதலில் பேச வந்த ஒருவர் தன்னுடைய ஸ்லோகத்தை பார்வையாளர்களை திரும்ப சொல்லச் சொல்லி ஆரம்பத்திலேயே அவர்களை அயர வைத்தார். பழநிபாரதி அண்ணன்தான் அந்த அயர்ச்சியிலிருந்து அரங்கத்தை மீட்டார். அப்படியொரு பண்பட்ட பேச்சு. அடுத்து பேச வநதார் முத்துலிங்கம். எனக்கு அப்படியொரு டென்ஷன். முத்துலிங்கம் பேச்சை எப்போதுமே ரசித்து கேட்பார் இசைஞானி. இந்த கவிதையை கேட்டால் என்ன சொல்வாரோ உதறல் உச்சத்திற்குப் போனது. முத்துலிங்கம் பேச ஆரம்பித்தார். எடுத்ததுமே என் கவிதைதான்,

“பண்ணைப்புரத்து பாண்டவர்
பாட்டு ரசிகர்களின் ஆண்டவர்
சின்னத்தாயி ஈன்றெடுத்த இசைத்தாய்
நீ ஒருவன் மட்டும்தான்–அந்த
கலைவாணியே எழுந்து நின்று
கைதட்டும்படி இசைத்தாய் ”

என்று அவர் படித்து முடித்ததும் அரங்கம் அதிர்ந்து போனது அப்படியொரு கரவொலி. அதைப்பார்த்து "இளையராஜாவை பற்றிய இந்த கவிதையை எழுதியது நான் அல்ல தேனி கண்ணன்" என்றதும் ஏனோ மறுபடியும் கைதட்டல் எழுந்தது. இப்படி அந்த மாமனிதர் மனதில் பட்டதை வெளிப்படையாகப் பேசக்கூடியவர். யாருக்காகவும் மறைக்கமாட்டார். கூட்டம் முடிந்ததும் "வேண்டாம் வேண்டாம்னு சொன்னீயே எவ்வளவு கைதட்டல்கள் பார்த்தியா கண்ணன்" என்னை பார்த்து சொன்னார். நான் வணங்கினேன். காட்டேஜ் திரும்பியதும் ராஜா சார் "கவிதை நல்லா இருந்துச்சுய்யா" என்றார். இது எல்லாம் கவிஞர் முத்துலிங்கம் அவர்களால் கிடைத்தது.

அரசவை கவிஞர், மேலவை உறுப்பினர் என்று பல பொறுப்புகள் வகித்தும் இன்றைக்கும் வாடகை வீட்டில்தான் வசித்து வருகிறார்... இப்போதும் மாலை நேரத்தில் தனது தேனாம்பேட்டை வீட்டிலிருந்து நடந்தே தி. நகர் பாலாஜி பவன் ஹோட்டலுக்கு வந்து தேநீர் அருந்தி செல்வது அவரது வழக்கம். ஒருவேளை எதிரே இரண்டு தேவதைகள் இறங்கி ""உங்களுக்கு பொன் பொருள் செல்வங்கள் அரண்மனைகள் காத்திருக்கின்றன எங்களோடு வாருங்கள்" என்று சொன்னால் "சாயங்காலம் வேலூர்ல எம்.ஜி.ஆர் பிறந்தநாள் கூட்டம் இருக்கு. நாளைக்கு வேணா வரவா" என்பார். அல்லது "இப்படி நடு ரோட்ல பார்த்து கூப்பிட்டா வந்திடனுமா வீட்ல வந்து கூப்பிடுங்க" என்று சொல்லும் இயல்பு படைத்தவர் முத்துலிங்கம்.

அப்படியொரு சம்பவமும் நடந்திருக்கிறது. 1980 ம் ஆண்டு அதே பாண்டி பஜார் பக்கம் நடந்து வந்து கொண்டிருந்தார் கவிஞர். எதிரே வந்தது தேவதைகள் அல்ல. "காதல் கிளிகள்' என்ற படத்தின் தயாரிப்பாளர் செல்வபாரதி. "முத்துலிங்கம் எப்படி இருக்கீங்க. நான் நண்பர்களோடு சேர்ந்து ஒரு படம் எடுக்கிறேன் படத்துக்கு 'காதல் கிளிகள்' னு பேர். கே.வி. மகாதேவன் மியூசிக் பண்றார் சிவக்குமாரும் ரதி அக்னி ஹோத்ரியும் நடிக்கிறாங்க..." என்று சொல்லிக்கொண்டிருக்கும் போதே, "நல்லது அதுக்கு நான் என்ன செய்யணும்" என்று கேட்கிறார் கவிஞர். "என்ன இப்படி கேட்குறீங்க நீங்க அதுல ஒரு பாட்டு எழுதணும்" என்று செல்வபாரதி கேட்க, "இல்ல வழியில பார்த்ததும் பாட்டு எழுதணும்னு கேட்குறீங்களே, ஏற்கனவே வேற கவிஞரை வைத்து எழுத முடிவு பண்ணிட்டு என்னை பார்த்ததும் எனக்காக இப்படி கேட்குறீங்களோன்னு நினைக்கத் தோணுது" முகத்துக்கு நேரே இப்படி கேட்கவும் பதறி போகிறார் அந்த தயாரிப்பாளர்.

“இல்லை கவிஞரே உங்களைதான் எழுத வைக்கணும்னு கே.வி. எம். சொல்லியிருந்தார். நானே உங்களை தேடி வரணும்னு நெனச்சிருந்தேன். தற்செயலா இப்ப சந்திச்சிட்டேன்” என்று சொல்லி சமாளித்திருக்கிறார் செல்வபாரதி. கே.வி மகாதேவன் கவிஞர் மீது மரியாதை வைத்திருப்பவர் என்பதால் கவிஞரும் சிரித்தபடியே பாடல் எழுத நாளை வருவதாகச் சொல்லியிருக்கிறார். மறுநாள் கே.வி. எம். முன்னால் கம்போஸிங். கே.வி. எம் ஸ்டைல் எப்படியென்றால் முதலில் பாடலை எழுதச்சொல்லி விடுவார். பிறகு அந்த வரிகளுக்கு டியூன் பண்ணி அசத்தலான பாடலை தருவார். அந்த பாட்டு தான்

“நதிக்கரை ஓரத்து நாணல்களே–என்
நாயகன் புகழைக் கேளுங்களேன்
காலையில் பூத்த புஷ்பங்களே–எங்கள்
காதலை வாழ்த்திப் பாடுங்களேன்”

எஸ். பி. சைலஜா, கே.ஜே. யேசுதாஸ் குரலில் ஒலிக்கும் அந்த பாடல் நாம் வெண் புரவியில் வான வீதியில் வலம் வருவதை போன்ற உணர்வை ஏற்படுத்தும்.

ஒரு நாள் விஜய் டிவியில் நீயா நானா நிகழச்சியில் ஒரு கலந்துரையாடல். அதில் காதலுக்கு எதிர்ப்பு தெரிவிக்கும் அண்ணன்கள் என்பது போன்ற விவாதம். அதில் பேசிய ஒரு அண்ணன், “நாங்க பெரிய குடும்பம். ஒரே தங்கச்சி. அவ ஒரு பையனை காதலிச்சிருக்கா. அதை எங்க அப்பாகிட்ட சொல்லி, அவர் அதை மறுக்கவே, தற்கொலை செய்து கொண்டுவிட்டாள். நாங்க கதறி அழுதோம். அவளோட ரூமை சுத்தம் செய்தப்போ ஒரு நோட்டு முழுக்க ‘பொன்மானைத் தேடி நானும் பூவோடு வந்தேன்’ பாடலின்

“இன்னொரு ஜென்மம்–இருந்தா
அப்போது பொறப்போம்
ஒண்ணோட ஒண்ணா–கலந்து
அன்போட இருப்போம்
அது கூடாமப் போச்சுதின்னா–ஏ ராசாவே
நான் வெண்மேகமாக விடிவெள்ளியாக
வானத்தில் பொறந்திருப்பேன்
என்னை அடையாளம் கண்டு
நீ ஓடிவந்தா அப்போது நான் சிரிப்பேன்”

இந்த வரிகளை எழுதி வைத்து இருந்ததைப் பார்த்து எங்களுக்கு மனசே தாங்கல" என்று சொல்லி விட்டு அந்த பாசக்கார அண்ணன் அத்தனைபேர் முன்னாலும் கதறி அழுதது நெஞ்சை பிசைந்தது.

இதை நான் முத்துலிங்கத்திடம் சொல்லிக்கொண்டிருந்தபோது அந்தப் பாடல் தயாரானதே ஒரு கதைதான் என்று அந்த சம்பவத்தை சொல்ல ஆரம்பித்தார். 'எங்க ஊர் ராசாத்தி' என்ற படம். கலைமணி டைரக்ஷன்... கங்கை அமரன் இசை. இநத சிச்சுவேஷனுக்கு அப்போது பரபரப்பாக இருந்த ஒரு கவிஞரை அழைத்து எழுத வைத்தார்கள். அந்த வரிகளில் திருப்தி இல்லாததால் பாடலை மாற்றி எழுத வைக்க கவிஞரை தேடியிருக்கிறார்கள். அவர் அடுத்தடுத்த படங்களில் பிஸியாகிட்டார். அப்புறம் முத்துலிங்கத்தை வைத்து எழுதிவிடலாமென்று அவரை அழைத்திருக்கிறார்கள். அவர் வந்தவுடனே "ஏன் அவரையே வைத்து மாற்றி எழுதவேண்டியதுதானே" என்றிருக்கிறார்.

"நீங்க குடுக்குற பணத்துக்கு இது போதும்னு அவர் சொல்லிட்டா என்ன பண்றது" (அப்போது பாட்டுக்கு ஆயிரம்தான்) இயக்குனர் கலைமணி கவலையோடு சொன்னார். "நீங்க எழுதுங்க நல்லாயிருந்தா பயன்படுத்திப்போம். இல்லன்னா அந்த கவிஞர் எழுதினதையே வெச்சுப்போம்" என்று கலைமணியே சொல்கிறார். டியூனை கேட்டுவிட்டு அதை அப்படியே தத்தகரமாக மாற்றி எழுதிக்கொண்டு வருகிறார் கவிஞர். இதற்குள் அந்த கவிஞரை மிஞ்சி எழுதிவிடுவாரா அல்லது திருப்தி இல்லாத இந்த பாடலே அமைந்துவிடுமா என்று கவலையோடு காத்திருக்கிறது படக்குழு.

மறுநாள் கவிஞர் வருகிறார். ஒரு படைப்பாளியாக தான் உருவாக்கிய கேரக்டரை பிரதிபலிப்பது போன்ற வரிகள் வர வேண்டுமே என்ற பதைப்பில் கலைமணி பாடலை வாங்கி பார்க்கிறார். ஒரு நிமிடம் அப்படியே உறைந்து போகிறார். வரிகள் மனதை பிசைகிறது. கலைமணி கண்கலங்க கவிஞரை கட்டிக்கொள்கிறார். அந்த பாடல்தான்

"பொன்மானைத் தேடி–நானும்
பூவோட வந்தேன்
நான் வந்த நேரம்–புள்ளி
மான் அங்கே இல்லே–அந்த
மான் போன மாயமென்ன... ஏ ராசாத்தி
அடி–நீ சொன்ன பேச்சு
நீர்மேலே போட்ட மாக்கோலமாச்சுதடி

அடி–நான் சொன்ன பாட்டு
ஆத்தோரம் வீசும் காத்தோட போச்சுதடி"

இசையமைப்பாளர் கங்கை அமரனும் பாடலை பார்த்துவிட்டு ஒவ்வொரு வரியாகச் சொல்லி கவிஞரை புகழ்ந்து தள்ளுகிறார். "மாஞ்சோலை கிளிதானோ மான்தானோ" என்ற பாடலை இலக்கிய மயமான வார்த்தைகளில் வார்த்தெடுத்த முத்துலிங்கம் இந்தப் பாடலில் பாமரனை கண்ணீரோடு பாடவைக்கும்படி வரிகளில் எளிமையை கையாளுகிறார். எப்படி தெரியுமா, "மானு தவிச்சு வாடுது மனசுல நெனச்சு வாடுது

"எனக்கும் ஆசை இருக்குது ஆனா நெலமை தடுக்குது
உன்ன மறக்க முடியுமா
உயிரை வெறுக்க முடியுமா... ஏ ராசாத்தி
காத்தில் ஆடும் தீபம் போல துடிக்கும் மனசை அறிவாயோ"

"எனக்கும் உன்னப் புரியுது உள்ளம் நல்லாத் தெரியுது
அன்பு நம்மை சேர்த்தது ஆசை நம்மை பிரிச்சது
உன்ன மறக்க முடியல உயிரை வெறுக்க முடியல... ஏ ராசாத்தி
நீயும் நானும் ஒண்ணா சேரும் காலம் இனிமே வாராதோ"

என்று கதாபாத்திரத்தின் இதய வலியை வார்த்தைகளில் இறக்கி வைக்கிறார் கவிஞர். இப்போது காதலில் தங்கச்சியை பறிகொடுத்த அந்த அண்ணன் பாடிய சரணத்தை மறுபடியும் படித்து பாருங்கள் உங்கள் இமைகளும் ஈரமாகும். அதுதன் இந்தப் பாடலின் பலம். இப்படி வார்த்தைகளில் மட்டுமல்ல வாழ்க்கையிலும் எப்படிப்பட்ட சூழலையும் சந்திக்கும் மனோபலம் மிக்கவர். முத்துலிங்கம் அவர்கள்...

ஒருமுறை 'மதுரையை மீட்ட சுந்தரபாண்டியன்' படம் ஷூட்டிங் நடந்துகொண்டிருந்த சமயம். ஒரு சூழலுக்கான பாடலை எழுத எம். எஸ். வியோடு உட்கார்ந்தார். 'தாயகத்தின் சுதந்திரமே எங்கள் கொள்கை' என்ற அந்தப் பாடல் தயாராவதற்கு முன் பல பல்லவிகள் பல சரணங்கள் எழுதியும் எம்.ஜி.ஆருக்கு எதுவுமே திருப்தியாக இல்லை. "இது கவித்துவமா இருக்கு. ஆனா நான் நெனச்சது வரலை" "இது நல்லா இருக்கு ஆனா வன்முறையாக இருக்கு" என்று ஒவ்வொன்றையும் மறுத்துகொண்டேயிருந்தார்.

அவர் அப்படி மறுத்ததற்கு காரணம் இருந்தது. அது நெருக்கடி நிலை அமலில் இருந்த காலம். சண்டைககாட்சியில் வாளை காண்பிக்கலாம். ஆனால் குத்துவதை காட்டக்கூடாது.

அடிக்கலாம் ஆனால் ரத்தம் வருவதை காட்டக்கூடாது. இப்படி திரைத்துறைக்கு தணிக்கைக்குழு கடுமையான விதிமுறைகளை போட்டிருந்தது. அதனால்தான் எம்.ஜி.ஆர் அப்படி கவனமாக இருந்தார்.

முத்துலிங்கமும் எம்.எஸ்.வியும் உட்கார்ந்து வேலை பார்த்து ஒருமாதம் ஓடி விட்டது. பாடல் பூர்த்தியாகவில்லை. எம்.ஜி.ஆர் காத்திருந்து விட்டு தன் குழுவினருடன் மைசூர் அரண்மனையில் படப்பிடிப்பிற்கு சென்று விட்டார். இங்கு டியூனும், பல்லவிகளும் மாற்றி மாற்றி போட்டு பார்த்தும் எதுவும் எம்.ஜி.ஆர். விரும்பியது போல் இல்லை. இப்படியே இரண்டு மாதங்கள் ஓடி விட்டது. கடைசியாக ஒரு ஐந்து டியூன்களை போட்டு அதற்கு கவிஞரை பாடல்கள் எழுத வைத்து, "நீங்க மைசூருக்கு கொண்டுபோய் காட்டுங்க. அவர் செலக்ட் பண்ணின பாடலை நாம் பதிவு செய்திடலாம்" என்று சொல்லி கவிஞரை மைசூருக்கு அனுப்புகிறார்.

இதில் கவிஞருக்கு உள்ள நெருக்கடி என்னவென்றால் மைசூர் அரண்மனை அப்போது மத்திய அரசின் கட்டுப்பாட்டில் இருந்தது. எம்.ஜி.ஆருக்காக இரண்டு மாதங்கள் அனுமதியளித்திருந்தார்கள். அந்தக் காலக்கெடு முடிய இன்னும் இரண்டு நாட்கள்தானிருந்தது. இன்னும் பாட்டை எம்.ஜி.ஆர். தேர்வு செய்யவில்லை. அதனால் உள்ளுக்குள் ஒரு பதட்டத்தோடு மைசூருக்கு டியூனோடு விமானத்தில் ஏறி உட்கார்ந்தார். (இது அவருக்கு இரண்டாவது விமான பயணம்) நல்லவேளை கொண்டு போன ஐந்து பாடல்களும் எம்.ஜி.ஆருக்கு பிடித்திருந்தது. அதுவும் அந்தப் பாடலில் வரும் 'வீரமுண்டு வெற்றியுண்டு விளையாட களமுண்டு' என்ற வரிகள் அவரை ரொம்பவே கவர்ந்தன. மூன்று பல்லவிகளையும் ஒரே பாடலாக மாற்றச் சொல்லி விட்டார். எப்படியோ பாட்டு முடிந்து விட்டதென்று கவிஞர் நிம்மதி பெருமூச்சு விட, அதற்கும் தடை போட்டது போல் அடுத்த யோசனையை சொன்னார் எம்.ஜி.ஆர். பாடலில்,

"கோட்டையிலே நமது கொடி பறந்திட வேண்டும்
கொள்கை வீரர் தியாகங்களை ஏற்றிட வேண்டும்
புரட்சியிலே சரித்திரத்தை மாற்றிட வேண்டும்
பொதுவுடைமைச் சமுதாயம் மலர்ந்திட வேண்டும்"

என்று வரும் இடத்தில் "நமது கொடி என்பதற்கு பதில் வேறு சொல்லை போடுங்கள்" என்று ஆரம்பித்தார் எம்.ஜி.ஆர். கவிஞர் விடாமல், "ஏன்" என்று கேட்க, "சென்சார் அனுமதிக்க

மாட்டார்கள்" என்றார் பளிச்சென்று, உடனே கவிஞரும் "பாண்டிய நாட்டு மக்களிடையே பாடுவதால் மகரக் கொடி என்று மாற்றலாம். ஆனால் நீங்கள் நமது கொடி என்று பாடினால்தான் ரசிகர்களிடையே ஆரவாரம் இருக்கும்" என்றார். எம்.ஜி.ஆரும் சரியென்று ஒப்புக்கொண்டு "நமது கொடி, மகரக்கொடி இரண்டு சொல்லையும் பாடுவது போல் தனிதனியாகப் படமெடுத்து வைத்துக்கொள்ளலாம். நமது கொடி காட்சியை சென்சார் வெட்டினால் மகரக் கொடி காட்சியை வைத்துக்கொள்ளலாம்" என்று சொல்லி அதன் படியே முடிவானது. மைசூரிலிருந்து கவிஞர் சென்னைக்கு பறக்கிறார். டைரக்டர் கே.சங்கரிடம் விஷயத்தைச் சொல்கிறார். படப்பிடிப்பு நடக்கிறது.

எம்.ஜி.ஆர். மைசூரிலிருந்து வருகிறார். பாடல் காட்சி அவருக்கு திரையிட்டு காண்பிக்கப்படுகிறது. கோபம் வருகிறது அவருக்கு. முத்துலிங்கத்தை என்னிடம் பேசச்சொல்லுங்கள் என்று சொல்கிறார். போனில் வருகிறார் கவிஞர். "ஏன் நான் சொன்னதுபோல இரண்டு காட்சிகளை எடுக்கல" என்கிறார். "சென்சார் அதை வெட்ட மாட்டார்கள் தலைவரே" என்றார் கவிஞர். "எனக்குத் தெரியுமா உனக்குத் தெரியுமா" என்கிறார் கோபத்தில்... உடனே கவிஞர்,"மைசூரிலிருந்து நான் வந்ததும் சென்சார் அதிகாரியை பார்த்து 'எம்.ஜி.ஆர். நமது கொடி பறக்க வேண்டும் என்பது போல் காட்சி எடுக்கப்போகிறார். உங்களுக்கு ஏதாவது ஆட்சேபணை இருந்தால் சொல்லுங்க. மாற்றி விடுகிறோம். ஒரு பாடலாசிரியன் என்ற முறையில் இதை கேட்கிறேன்னு கேட்டேன். அவர்கள் எம்.ஜி.ஆர் தானே பாடுறார். எங்களுக்கு ஆட்சேபணை இல்லைன்னு சொல்லிட்டாங்க தலைவரே. அதனால்தான் இரண்டு விதமாக எடுக்கலை" என்று சொல்லியிருக்கிறார். எம்.ஜி.ஆர். போனை வைத்து விட்டார்.

மறுநாள் இயக்குனர் கே.சங்கர் முத்துலிங்கத்திடம், "நேற்று தலைவர் உங்களை பற்றிதான் பேசிக்கொண்டிருந்தார். "எதுக்காக நான் முத்துலிங்கத்தை சப்போர்ட் பண்றேன்னு இப்ப தெரியுதா. வேறொரு கவிஞரா இருந்தா எனக்காக சென்சார் அதிகாரியை சந்திச்சு பேசியிருப்பாங்களா. அதுதான் முத்துலிங்கம்னு பெருமையா பேசினார்"னு கவிஞரிடம் சொல்லியிருக்கிறார். கவிஞரும் மெல்லிய புன்னகையோடு சிரித்துக்கொண்டார். இப்படி இந்த தலைமுறை மறக்கக்கூடாத மாமனிதர் கவிஞர் முத்துலிங்கம்.

* * *

சின்னக்கண்ணனும் பாலமுரளியும்

சென்னைக்கு வந்த புதிதில் ஆறுமாதங்கள் கீ போர்டு க்ளாஸ் போனேன். ஜண்ட வரிசை, சரளி வரிசை என்று கற்றுக் கொண்டிருக்கும்போது பாதியிலேயே நிற்க நேர்ந்தது. அந்த ஆர்வத்தில் இப்போதும் பாடல்களை கேட்கும்போது இது என்ன ராகத்தில் இருக்கும் என்று இசை தெரிந்த நண்பர்களிடம் கேட்டு விசாரித்துக்கொள்வதுண்டு. குமுதத்தில் பணி புரியும்போது நண்பர் வி. சி. யிடம் கேட்டு தெரிந்து கொள்வேன்.

இப்போது அப்படி அடிக்கடி நான் தொந்தரவு செய்யும் நபர் அன்பு சகோதரர் நடிகர் விவேக். காமெடியில் மட்டுமல்ல நல்ல இசைஞானம் உள்ளவர் விவேக். கீ போர்டு, ஹார்மோனிகா என்ற இசைக்கருவி உட்பட எல்லாவற்றையும் வாசிக்கத் தெரிந்தவர்.

அவரை சந்தித்துப்பேசும்போதெல்லாம் ராஜா சாரின் ஹிட் பாடல்களை பாடி ராகங்களை பற்றி பேசிக்கொண்டிருப்போம். எனக்கு சின்ன வயதிலிருந்தே கவிக்குயில் பாடத்தில் வரும் “சின்னக்கண்ணன் அழைக்கிறான் ராதையை பூங்கோதையை அவள் மனம் கொண்ட ரகசிய ராகத்தைப் பாடி... ” என்ற பாடல் ரொம்பவே பிடிக்கும்... . பிடிக்கும் என்று சாதாரணமாக சொல்லிட்டேன் ஆனால் அதை விட வேறு சொல் இருக்கணும். அந்தளவுக்கு அந்த பாடலின் பைத்தியம் நான்.

தஞ்சையில் இருந்தபோது, இந்தப் பாடல் பக்கத்து தெரு கல்யாண வீட்டில் ஒலிக்க, நான் அதை கேட்டுக்கொண்டே தெருமாறிப் போய், வந்த பாதையை மறந்து அழுதிருக்கிறேன்.

பாலமுரளி கிருஷ்ணாவின் தெய்வீகக் குரலில் கேட்கும்போது கிறங்கடிக்கும். அதுவும் பாடலில் ‘அந்த மாயனின் லீலையில் மயங்குது உலகம்” என்று குலைந்து பாடும்போது அந்த ஆனந்தத்தைச் சொல்ல வார்த்தைகளே கிடையாது...

புல்லாங்குழலும் வீணையும் போட்டிப் போட்டுக்கொண்டு நர்த்தனமிடும் அழகு பிரமிப்பு மிக்கவை.

குமுதத்தில் இருந்தபோது எங்களுடைய சேர்மன் திரு. ஜவஹர் பழநியப்பன் அவர்களது வீட்டில் ஒரு விழா. வி. ஐ. பிகளால் நிறைந்தது வீடு. அப்போது சின்ன கச்சேரி நடந்து கொண்டிருந்தது. விருந்தினராக வீட்டுக்கு வந்த திரு பாலமுரளி கிருஷ்ணா, சர்ப்ரைஸாக மைக்கை வாங்கி சின்னக்கண்ணன் பாடலைப் பாட ஆரம்பித்தார் எனக்கு வியப்பாகிப் போனது. மகிழ்ச்சியில் கண்கள் கசிந்தன.

இந்தப் பாடல் 'ரீதி கௌளை' என்ற ராகத்தில் அமைந்த பாடல். திரையிசையில் அபூர்வமாகவே கையாளப்படும் ராகம் இது. 'தலையை குனியும் தாமரையே' பாடலும் ரீதி கௌளைதான். (கண்கள் இரண்டால் பாடலும்)

ஒரு முறை நேரு ஸ்டேடியத்தில் இளையராஜாவின் இசைக் கச்சேரி நடந்தது. பார்வையாளராக பாலமுரளிகிருஷ்ணா வந்திருந்தார். ராஜா சார் அவரை தனிப்பட்ட முறையில் அழைத்திருந்தார். நிகழ்ச்சிக்கு நடுவில் "அண்ணா மேடைக்கு வாங்க" என்று ராஜா சார் கூப்பிட சிரித்துக்கொண்டே மேடையேறினார். மேடையில் நடந்துகொண்டிருக்கும்போதே எந்த அறிவிப்பும் இல்லாமல் ராஜா சார் கையசைக்க, 'சின்னக்கண்ணன்' பாடலில் ஆரம்பத்தில் வரும் புல்லாங்குழல் இசையை வாசிக்க ஆரம்பித்தார் அண்ணன் நெப்போலியன். அது பாலமுரளிக்காகவே வாசித்தது போல இருந்தது.

இந்த குறும்பை ரசித்து சிரித்தபடியே ராஜாவிடமிருந்து மைக்கை வாங்கிய பாலமுரளி சரியான இடத்தில் பாடலை எடுத்தார். ஆனால் சரணத்தில் வரும் 'அவள் மனம் கொண்ட ரகசிய ராகத்தைப் பாடி' என்ற வரிகள் மறந்து தன்னன்ன தன்னன தானனனான என்று ஸ்வரமாகவே பாடினார். உடனே ராஜா சார் கையை உயர்த்தி இசைக்கருவிகளை மௌனமாக்கினார், "அண்ணா ஒன் மோர் போயிடலாமாண்ணா" என்று சொல்ல பாலமுரளி சிரித்துக்கொண்டே தலையாட்ட மீண்டும் ஒலித்தது புல்லாங்குழல் இசை. பாடி அசத்தினார் அந்தப் பாட்டு முடியும் வரைக்கும் கடவுள் ரூபத்தில்தான் தெரிந்தார் பாலமுரளி கிருஷ்ணா. இரண்டாம் சரணத்தில் வரும் அந்த 'மாயனின் லீலையில் மயங்குது உலகம்' வார்த்தையை "இந்த மாயனின் லீலையில் மயங்குது உலகம்" என்று ராஜா சாரை கையை

காட்டி பாட, ஒட்டுமொத்த கூட்டமும் 'ஹோ' என்ற குரலுடன் கைதட்டி ஆர்ப்பரித்தது.

முழு பாட்டும் பாடி முடித்ததும் கண்ணீரை துடைப்பதா கையை தட்டுவதா என்று தெரியவில்லை.

பாடி முடித்ததும் பேசினார் பாலமுரளிசார், "நான் எந்த விழாக்களிலும் கலந்து கொள்வதில்லை ராஜாவுக்காக வந்து கலந்துண்டேன். இந்த சின்னக் கண்ணன் கூப்பிட்டால் எங்கிருந்தாலும் வந்துடுவேன்" என்று பாலமுரளி சொல்ல ராஜா சார் பாலமுரளியை கைகூப்பி வணங்கினார்.

* * *

மாற்றம் விரும்பிய ரஜினி

தமிழ் சினிமாவில் கண்ணதாசனின் அடியொற்றி வந்தவர்களில் பஞ்சு அருணாச்சலம் முக்கியமானவர். தயாரிப்பாளராக, கதாசிரியராக, வசனகர்த்தாவாக, சிறந்த பாடலாசிரியராக என்று எல்லாத் துறைகளிலும் தன்னை நிருபித்தவர். அதுமட்டுமில்லாமல் பி.ஏ.ஆர்ட்ஸ் மூலம் ரஜினி, கமல் என்ற இரண்டு திரைக்குதிரைகளை ஒரே வேகத்தில் ஓடவைக்கும் கலையை கற்ற சரியான ஜாக்கி இவர்... ரஜினி கமலின் இருவரது அதிக வெற்றிப்படங்ளை தயாரித்த தயரிப்பாளரும் கூட.

இந்தவகையில் இரண்டு நட்சத்திரங்களின் இதயத்தில் இடம் பிடித்தவர் பஞ்சு அருணாச்சலம் அவர்கள். இந்த இருவரின் அன்பிற்கு அடையாளமாக கடந்த காலத்தில் நடந்த ஒரு சம்பவத்தைச் சொன்னால் பொருத்தமாக இருக்கும்.

இது சில இடங்களில் கேட்ட தகவலாக இருந்தாலும் சுவராஸ்யம் கருதி எத்தனை முறை வேண்டுமானாலும் சொல்லலாம்

ரஜினி கமல் இணைந்து நடித்த பல படங்கள் நூறு நாட்கள் ஓடிக்கொண்டிருந்தன. அப்போது ஒரு தயாரிப்பாளராக இருவரும் சேர்ந்து நடிக்க ஒரு படத்தை தயாரிக்க பஞ்சு அவர்கள் முடிவு செய்து இருவரிடமும் கால்ஷீட் கேட்கிறார்.

தங்களுக்கு ஹிட் படங்கள் கொடுத்த தயாரிப்பாளர் என்ற மரியாதையில் இருவரும் அவர் தயாரிக்கும் படத்தில் சேர்ந்து நடிக்க முடிவு செய்து ஒப்பந்தத்தில், கையெழுத்திடுகிறார்கள்.

நினைத்ததை வெற்றிகரமாக முடித்த மகிழ்ச்சியில் படவேலைகளில் ஈடுபட்டு வருகிறார் பஞ்சு அவர்கள். சில மாதங்கள் ஓடுகின்றன. ரஜினி, கமல் நடித்து அப்போது சில படங்கள் வந்து வெற்றிகரமாக ஓடிக்கொண்டிருக்கிறது.

நினைத்தாலே இனிக்கும்' படப்பிடிப்பில் ரஜினிக்கும் கமலுக்கும் காட்சிகள் இல்லாத நேரத்தில் இருவரும் ரிலாக்ஸாக புல் தரையில் அமர்ந்து பேசிக் கொண்டிருக்கிறார்கள்.

அப்போது கமல் ஒரு முடிவெடுத்து ரஜினியிடம் சில விஷயங்களை மனம் விட்டு பேசுகிறார். "ரஜினி நீயும் வளர்ந்து பெரிய ஆர்ட்டிஸ்ட் ஆகிட்டே. நானும் ஒரு லெவலுக்கு வந்ததுட்டேன். உனக்கும் ரசிகர்கள் இருக்காங்க.

எனக்கும் ரசிகர்கள் இருக்காங்க... அப்படியிருக்கும்போது நாம் இனியும் சேர்ந்து நடித்தால் நமக்கான சம்பளத்தை உயர்த்திக் கேட்க முடியாது. உனக்கும் குறைவாகவே சம்பளம் கிடைக்கும்.

இதைத் தவிர்க்க நாம் இனிமேல் சேர்ந்து நடிக்காமல் தனித்தனி ஹீரோவாகவே நடிக்கலாமே," என்ற யோசனையை ரஜினிக்கு சொல்லியிருக்கிறார் கமல். இத்தனைக்கும் கமல் அப்போது ரஜினியை விட பெரிய ஹீரோவாக இருந்தவர்.

சக நடிகரின் வளர்ச்சிமேல் கொண்ட அக்கறை காரணமாக இந்த ஐடியாவை ரஜினிக்கு சொன்னார் கமல். இந்த யோசனைக்கு ரஜினியும் சம்மதிக்க அடுத்தடுத்த படங்களில் ரஜினி தனி ஹீரோவாகவும் கமல் தனியாகவும் நடிக்க ஆரம்பித்தனர்.

இந்த நிலையில் இருவரையும் சேர்ந்து நடிப்பதற்காக ஒப்பந்தம் போட்டுச் சென்ற தயாரிப்பாளர் பஞ்சு, படத்தை ஆரம்பிக்க இருவரையும் சந்தித்துப் பேச வருகிறார். அப்போதுதான் அவரிடம் இருவரும் இனி சேர்ந்து நடிப்பதில்லை என்ற முடிவை எடுத்திருப்பதாகச் சொல்கிறார்கள். இப்படி வேறு யாரிடமாவது சொல்லியிருந்தால் அவர்கள் திகைத்துப் போய் திரும்பியிருப்பார்கள்.

ஒரு படைப்பாளியாக இருந்த காரணத்தால் பஞ்சு அவர்கள் சிரித்துக் கொண்டே "அதனாலென்ன இருவரும் சேர்ந்துதானே நடிக்க மாட்டீர்கள். பரவாயில்லை ஒப்பந்தபடி இருவரும் தனித்தனியாக ஆளுக்கு ஒரு படம் செய்து கொடுத்து விடுங்கள்," என்றிருக்கிறார்.

"ரஜினி ஓகே என்றால் நானும் ஓகே" என்று கமல் சொல்லியிருக்கிறார். ஆனால் எதிர்பாரத விதமாக ரஜினியும் ஓகே சொல்லி விட்டார். அவர்கள் இருவரும் வைத்த ஒரே நிபந்தனை படத்தை ஆரம்பிக்க ஒரே வாரம்தான் கெடு. ஒரே நேரத்தில் இரண்டு படங்களையும் எடுத்து முடித்து விட வேண்டும்.

பஞ்சு அவர்களும் சளைக்காமல் ஏழு நாள் கெடுவோடு இரண்டு படங்களுக்கான கதைகளை எழுத உட்காருகிறார். இரண்டு கதைகளையும் எழுதி முடித்து விட்டு படப்பிடிப்பிற்கு செல்கிறார்.

இரண்டு படங்களையும் எஸ்.பி.முத்துராமன் இயக்க, இளையராஜா இசையமைப்பில் பாடல்களை பஞ்சு அருணாச்சலமே எழுத, படப்பிடிப்புகள் மின்னல் வேகத்தில் நடந்து முடிந்தன. படங்களும் வெளிவந்தன.

படத்தின் கதையமைப்பிலும் பாடல்கள் கொடுத்த வெற்றியிலும் இரண்டு படங்களும் நூறு நாள் படங்களாக வெற்றி விழாக்களைக் கண்டன. அந்த இரண்டு படங்கள் ஆறிலிருந்து அறுபது வரை, கல்யாணராமன்! இப்படி படைப்புச் சாதுர்யத்தால் தமிழ் சினிமாவில் தனக்கென முத்திரை பதித்தவர் பஞ்சு அருணாச்சலம் அவர்கள்.

சமீபத்தில் சில மாதங்களுக்கு முன்பு பஞ்சு அருணாச்சலம் அவர்கள் உடல்நலம் குன்றிய நிலையில் மருத்துவமனையில் சிகிச்சைப் பெற்று வீடு திரும்பியிருந்தார். இந்தத் தகவல் இளையராஜா அவர்களுக்கு தெரிந்ததும் அவர் பஞ்சு அருணாச்சலத்தைச் சந்திக்க ஆவலானார்.

ஆனால் அந்த நேரத்தில் ஒரு படத்தின் பாடல் பதிவிற்காக இளையராஜா பிஸியாக இருந்த நேரத்தில் அவரைப் பார்க்க சூப்பர் ஸ்டார் ரஜினி திடீரென ஸ்டுடியோவிற்கே வந்து விட்டார்.

அப்போது இளையராஜா அவர்கள் பஞ்சு அவர்களின் நிலை பற்றிச் சொல்லவும் "அவரை எப்படியாவது பார்க்கணுமே சாமி" என்று ரஜினி பரபரக்க, "நாளை நான் போய் பார்க்கப்போகிறேன் சாமி" என்று பதிலுக்கு இளையராஜா சொல்லியிருக்கிறார்.

"அப்போ நாம ரெண்டு பேரும் சேர்ந்துபோய் பார்த்து விட்டு வரலாம் சாமி" என்று இருவரும் முடிவெடுத்திருக்கிறார்கள். அப்போது இளையராஜா "நானே என் காரை அனுப்புகிறேன் சாமி" என்று சொல்ல "இல்லை சாமி நான் என் காரில் உங்கள் வீட்டிற்கே வந்து விடுகிறேன் இருவரும் சேர்ந்து போகலாம்" என்று சொல்லவும் ராஜாவும் சம்மதம் சொல்லியிருக்கிறார்.

மறுநாள் காலையில் ரஜினியின் கார் இளையராஜாவின் வீட்டின் முன் நிற்கிறது. வெள்ளை குர்தா, கரும் பச்சை கலர் காவி வேஷ்டியில் வந்திறங்கினார் ரஜினி. ராஜாவை ஏற்றிக்கொண்டு கார் பஞ்சு அருணாச்சலம் அவர்கள் இருக்கும் பாகீரதி அம்மன் தெருவிற்கு பறக்கிறது.

அங்குள்ள ஒரு அப்பார்ட்மெண்டில் போய் நின்றது கார். முதலில் ரஜினி இறங்க, அடுத்து இறங்கினார் இளையராஜா இரட்டை சூரியனை வீட்டின் முன் பார்த்த அப்பார்ட்மெண்டின்

காவலாளிக்கு பதற்றம், மகிழ்ச்சி, கொண்டாட்டம். இருவரும் அவரைப் பார்த்து சிரித்துக் கொண்டே பஞ்சு சார் இருக்கும் முதல் தளத்திற்கு செல்கிறார்கள்.

வீட்டில் இருவரையும் ஒருசேரப் பார்த்த பஞ்சு சாருக்கு மனம் கொள்ளா மகிழ்ச்சி. வரவேற்று இருவரையும் அமர வைக்கிறார். சம்பிரதாய விசாரிப்புப் பேச்சுக்கள் முடிந்ததும் மூவரும் மனம் திறந்து உரையாட ஆரம்பிக்கிறார்கள்.

சில விஷயங்கள் அவர்கள் மூவரின் தனிப்பட்ட நிகழ்வுகள் அதனால் அதை இங்கு பதிவு செய்ய முடியாது. அப்புறம் ரஜினி, தான் மருத்துவமனையிலிருந்து காலங்கள் பற்றியும் அது தொடர்பான சில நிகழ்வுகளையும் சொல்கிறார். சூடான டீயும் தட்டு நிறைய பிஸ்கட்டுகள், பழங்கள் வருகிறது. மூவரும் ருசித்துக்கொண்டே ரசித்து பேசிக் கொண்டிருக்கிறார்கள்.

அப்படியே பேச்சு சினிமா பக்கம் திரும்புகிறது. அப்போதுதான் ரஜினி மனம் திறந்து சில தகவல்களை பஞ்சு சாரிடம் பகிர்ந்து கொள்கிறார். "எனக்கு இப்ப வேற மாதிரி படங்கள் பண்ண ஆசையாக இருக்கு.

ஆனால் சூழ்நிலை அதற்கு ஏற்றதாக இல்லை. ஹிந்தியில் அமிதாப்ஜி பண்ணும் கதாபாத்திரங்களை போல் நானும் பண்ணனும் போல் இருக்கு. என்னோட அடுத்த படமே அப்படிப்பட்ட படமாக இருந்தாலும் ஆச்சரியமில்லை," என்று சொல்லியிருக்கிறார்.

அமிதாப்பின் 'பா' படம் பற்றியும் சிலாகித்துப் பேசியிருக்கிறார். ஒரு மாஸ் ஹீரோவிற்கான கதையில் இல்லாமல் எளிமையான கதையமைப்பில் அமிதாப் மாதிரியான கதாபாத்திரங்களில் இனி சில படங்கள் நடிக்கலாம் என்ற ரஜினி முடிவை பஞ்சு அருணாச்சலம் ஆமோதித்து உற்சாகப்படுத்த இளையராஜாவும் அதை வரவேற்றிருக்கிறார்.

மூவரும் பேசி முடித்து புறப்பட்டனர் இளையராஜாவை அவர் வீட்டில் இறக்கிவிட்ட ரஜினியின் கார் பறந்தது புதிய பாதையில்...

* * *

நான் எம்.ஜி.ஆர்னா யாரு சரோஜாதேவி?

வாலி...

என் கவலைகளுக்கு மருந்து போட்ட பாட்டு வைத்தியர். சாமரம் வீசி அமர்ந்திருந்த சங்கத் தமிழை தன் திரைத்தமிழில் தீட்டி பாமரனையும் பாட வைத்த பாட்டு வாத்தியார். நான் அனாதரவாக நின்ற நேரத்தில் எனக்கு ஆறுதல் அளித்த ஆறுமுகனின் பக்தர். அந்த தமிழ் சீயத்தின் பாதத்தைப் பற்றி, அவர் நேயத்தை பற்றி முதலில் பேசப் போகிறேன்.

ஒரு நாள் நான் பணியாற்றிய பத்திரிகை அலுவலகத்திலிருந்து வாலி சாருக்கு போனில் பேசினேன். "அய்யா எங்களுக்காக ஒரு தொடர் எழுதனும். அது சம்பந்தமா உங்களைப் பார்த்து பேசனும். எப்போ வரலாம்" "யோவ்... தேனி உங்க பத்திரிகை மேல எனக்கு சில வருத்தங்கள் இருக்கு. அதனால நான் எழுத விரும்பல. மற்றபடி நீ எப்போதும் போல வீட்டுக்கு வா... போ... எப்போ வர்ற..." என்றார். "அய்யா மாலையில் வரட்டுமா" "வாயேன்". என்று போனை துண்டித்தார்.

இது போல் அவரை சமாதானப் படுத்தும் நேரங்களில் நான் போய் நிற்பது பழநிபாரதி அண்ணனிடம்தான். என்னைப் பார்த்ததும், "வா கண்ணா வாலி பேசினார். யோவ் நீ சும்மாவே இருக்க மாட்டியா. அவர ஏன்யா தொந்தரவு பண்ற" சிரித்துக் கொண்டே கேட்டார். இல்லண்ணே ஆபீஸ்ல சொல்லிட்டாங்க எழுத வைக்கலன்னா நல்லா இருக்காது. வாங்கண்ணே போவோம்" சரி சாயந்தரம் வந்திரு" என்றார். எப்படியும் எழுத சம்மதித்து விடுவார் என்ற நம்பிக்கை எனக்கு நிறைய இருந்தது. காரணம் நான் வந்த பிறகு பழநிபாரதி வாலியிடம் நிறைய நேரம் பேசி அவரை சமாதானப் படுத்தியிருக்கிறார். அதனால் என்ன எழுத வைக்கலாம் என்பதை பற்றிய யோசனை தான் இருந்தது. "அங்க வந்து அதை எழுதுங்க... இதை எழுதுங்கனு. சொல்லாத கண்ணா. நானே ரொம்ப கஷ்டப்பட்டு சமாதானப் படுத்தியிருக்கேன்.

அவர் என்ன சொல்றாரோ அதை மட்டும் கேட்டுக்கோ” என்று என்னை தாயார் படுத்தினார்.

மாலையில் வாலி சார் வீட்டில் இருந்தோம். அவருக்கு ஏற்பட்ட மன வருத்தங்களை பகிர்ந்து கொண்டார். “பழநிபாரதி உனக்காக பேசினாப்ல. நீங்க எழுதினீங்கன்னா கண்ணனுக்கு அபீஸ்ல கொஞ்சம் மரியாதையா இருக்கும்னு சொன்னதால எழுதுறேன். என்றார். எனக்கு நிம்மதி வந்தது.

பல்வேறு விஷயங்கள் பற்றி பேசினோம். திடீரென்று, “மண், மொழி, மக்கள் “இதுதான்யா தலைப்பு” என்று உற்சாகமானார். அதுதான் வாலி சார். லேசில் எதையும் ஒப்புக்கொள்வதில்லை. ஒப்புக்கொண்டால் எப்போதும் அதே சிந்தனையோடு இருந்து உழைப்பது. இதுதான் அந்த மனிதனை 82 வயதிலும் சினிமா தேடித்தேடி பாடல் வாங்க வைத்திருக்கிறது.

தொடரில் யார் யாரைப் பற்றி எழுதலாம் என்ற பேச்சு வந்தது. “முதல் வசனகர்த்தா இளங்கோவன், ஏ. கருணாநிதி,” என்று நான் ஒரு லிஸ்ட் வாசித்தேன். என்னை கூர்ந்து பார்த்து விட்டு “நீ இந்தக்கால ஆள் மாதிரி தெரியலையே” என்று குலுங்கினார். அவர் மகிழ்ச்சியின் உச்சத்தில் இருந்தால் சிரிப்பு கீச்சு குரலில் வரும். “உங்கள பார்க்க வரும் போதே இதையெல்லம் குறிச்சு வெச்சுட்டு வருவான் போல” என்று சிரித்தார் அண்ணன்.

“அய்யா நடிகை லட்சுமிஸ்ரீ பற்றியும் எழுதுங்களேன்” என்று தயங்கியபடியே சொன்னேன்” ஒரு நிமிடம் திடுக்கிட்டுப் பார்த்தார் “யோவ் அற்புதமான நடிகைய்யா. பழநி... கண்ணன் சொல்ற நடிகை யார் தெரியுமா. தர்மயுத்தம் படத்துல ‘ஒரு தங்க ரதத்தில் பொன் மஞ்சள் நிலவு’ பாட்டுல வருவாளே அவதான். அந்த நடிகையின் தற்கொலை அந்தச் சமயத்துல பெரிய அளவுல பத்திரிகையில் வந்து பரபரப்பாச்சு. சரி எழுதலாம்” என்று பேசி முடித்து, அதற்கான புகைப்படங்களை எடுக்க ஒரு நாளும் குறிக்கப்பட்டது.

ஒரு மாலை நேரத்தில் போட்டோ எடுக்க அவர் வீட்டுக்குப் போனோம். பளீர் வேஷ்டி, சட்டையில் ஒளி வீச வந்தார் வாலி. அவர் வீட்டு முன் இருந்த மரத்தின் கீழ் போட்டோ எடுக்கும் பணி நடந்தது. “வேட்டிய மடிச்சு கட்டிக்கிட்டு நிக்கிறேன். எடேன்”என்று நின்றார். எதோ யோசித்தவர், அந்த கண்ணாடியை கொண்டுவா,” என்று குழந்தை போல குதூகலத்தோடு சொல்ல, வீட்டில் இருந்த இரண்டு பணிப்பெண்கள்

கொண்டுவந்து கொடுத்தனர். கண்ணாடியை போட்டுக் கொண்டு, "எப்படியிருக்கு?" என்ற கவிஞருக்கு அங்கிருந்த பணிப்பெண்கள் குறும்பாக, "அய்யா எம்.ஜி.ஆர் மாதிரி இருக்கீங்க" என்று சொல்லிவிட்டனர். இதை எப்படி எடுத்துக்கொள்வாரோ என்று நான் நினைத்துக் கொண்டிருந்த நேரத்தில், வாலியும் விடாமல், "நான் எம்.ஜி.ஆர்ன்னா உங்கள்ல யார் சரோஜா தேவி?" என்று அனாயசமாக பதில் கமெண்ட்டை வீச அவ்வளவுதான் முகத்தில் ஒரு கூடை வெட்கத்தோடு வீட்டுக்குள் ஓடி மறைந்தனர் அந்த இரண்டு பணிப்பெண்களும். என்னால் சிரிப்பை அடக்கமுடியாமல் சிரித்தது தான் போட்டோவாக பதிவாகி விட்டது. போட்டோ எடுத்து முடிந்து பேச்சு தொடங்கியது.

"அய்யா ஒரு பாட்டுக்கு அதிக சம்பளம் வாங்கினது எப்பங்கய்யா?" என்று கேட்க "உமக்கு ஏன்யா இந்த ஐ. டி. வேலை" என்று சொல்லி விட்டு தொடர்ந்தார். "ஒரு நாள் கமல்கிட்டருந்து போன் வந்தது. அண்ணே ரெண்டு பாட்டு அவசரமா தேவை. நான் இப்ப பாம்பேல இருக்கேன். டியூன் உங்க வீட்டுக்கு வந்திடும். நாளைகழித்து ரெக்கார்டிங்'னு சொன்னார். இப்படி அவசரத்துல எழுத முடியாது. எனக்கு நிறைய வேலை இருக்குன்னு போனை வெச்சுட்டேன். அரைமணிக்கப்புறம் போன் பண்ணி, உங்களால மட்டும்தான் அந்த சூழலுக்கு ஸ்பீடா எழுதி தரமுடியும்னு வற்புறுத்தினார். சரி சம்பளம் அதிகமாகும் பரவாயில்லையானு கேட்டேன். காரணம் எனக்கு நிஜமாகவே வேலை நிறைய இருந்தது. அப்போதாவது விட்டுருவார்னு நினைச்சேன். அப்ப சில ஆயிரங்கள்ல தான் பாட்டுக்கு வாங்கிகிட்டுயிருந்தேன். அது கமலுக்கும் தெரியும். நான் இப்படி கேட்கவும், 'அவ்வளவுதான கொஞ்ச நேரத்துல என் கம்பெனியிலிருந்து ஆள் வருவாங்க. எனக்கு நாளைக்கு பாட்டு வேணும்னு போனை வெச்சுட்டார் கமல். கொஞ்ச நேரத்துல ஒரு ஆள் வந்தார். ஒரு பாட்டுக்கு ஒரு லட்சம் வைத்து எல்லா பாட்டுக்கும் பணத்தை மொத்தமா கொடுத்திருந்தார் கமல். அப்போதிருந்து நான் லட்சத்துக்கு குறையல. அந்த படம் மும்பை எக்ஸ்பிரஸ் போதுமா" என்று முடித்தார் வாலி.

அவர் மறைவதற்கு சில வாரங்கள் முன்பு என் மீது அவர் கொண்ட அக்கறையும், அன்பும் உணர்ச்சிப்பூர்வமானது. வேலையிழந்திருந்த நேரம் மனைவியையும், குழந்தையையும் ஊருக்கு அனுப்பி வைத்திருந்தேன். ஒரு நாள் காலையில் போன் பண்ணினார். "தேனி என்ன பண்ற, என்னய்யா இப்படி ஆகிப்போச்சு. உனக்கு

வேலையில்லங்கறது எனக்குதான்யா வேதனையா இருக்கு. நீ வேற என் கட்டுரையை படிச்சுட்டு பாரா'ட்டும் போது வெந்த புண்ல வேல் பாய்ச்சின மாதிரியிருக்குய்யா" என்று எனக்காக அவர் வருந்திய சில நிமிடங்களிலிருந்து என் மன வேதனையெல்லாம் பறந்து போனது. அவர் எத்தனை உயரத்தில் இருக்கும் மனிதர். எனக்காக ஏன் வருத்தப்பட வேண்டும். அப்படி அவர் கொண்ட பாசம்தான் வாழக்கையில் நான் பெற்ற பாக்கியம்.

மீண்டும் பேசினார். "கவலை படாதே தேனி எல்லாம் நல்லபடியா நடக்கும். உன் கையில் வித்தை இருக்குய்யா ஏன் வருத்தப்படுற" என்று அவர் பேசிக்கொண்டிருக்க, நான் வருத்தத்தில் இருந்தேன். இதை தெரிந்து கொண்ட அவர், என்னை சாமாதானப் படுத்த, பேச்சை திசைதிருப்பினார். "ஆமா... இதென்ன புது நம்பரா இருக்கே"என்க, "முன்ன பேசினது என் ஆபீஸ் எண். இதுதான் இனிமேல் எனக்கு நிரந்தர வைப்பு எண் அய்யா" என்றேன். ". நீ நல்லா வருவேன்னு இப்பதான் சொன்னேன். அதுக்குள்ள பலிச்சிடுச்சு பார்த்தியா" என்றதும் எனக்கு ஒன்றும் புரியவில்லை. "அதான்யா இப்பவே வைப்பு வைக்க ஆரம்பிச்சிட்டியே..." என்றார் வீட்டில் நான் தனியாக சிரித்து சிரித்து புரையேறியது. (புரியுதா...) என் சந்தோஷத்தை பார்த்த பிறகுதான், "சரிய்யா நான் அப்புறம் பேசறேன்" என்று போனை வைத்தார்.

ஆனால் அதன் பிறகு நான் அவரை பார்த்தபோது பேசவேயில்லை. நிரந்தரமாக.

இதுவரைக்கும் என் வீட்டில் என் தந்தையின் போட்டோ கூட வைத்ததில்லை. எனக்காக மனம் இரங்கிய தாடி வைத்த தமிழின் போட்டோவை வைத்துதான் வணங்கி வருகிறேன். தாமதம் ஆனால் என்ன, "உனக்கு நல்லதே நடக்கும்" என்ற அவரது வார்த்தைகள் பலிக்கத்தான் போகிறது.

* * *

கமலை வியக்க வைத்த கலைஞன்

நான் பணிபுரிந்த வார இதழ், இசைஞானியின் 'பால் நிலா பாதை' புத்தகத்தை மறு வெளியீடு செய்ய திட்டமிட்டது. இதற்காக வழக்கம் போல் விழாவில் கலந்து கொண்டு பேசும் விருந்தினர்களை இசைஞானியிடம் கேட்டு தேர்வு செய்யும் பொறுப்பை நான் ஏற்றுக்கொண்டேன். இந்த நேரத்தில் இசைஞானியை அந்த இதழில் எழுத வைத்தது எப்படி என்ற இரு குட்டியூண்டு ஃப்ளாஷ் பேக்.

அந்த சமயத்தில் நான் அடிக்கடி என் ஆசானான கவிவேந்தர் மு.மேத்தாவை சந்தித்துப் பேசிக்கொண்டிருப்பது வழக்கம். கவிஞரைப் பற்றி சொல்ல வேண்டுமென்றால் அவர், 'சென்னை எனக்கு ஈன்றெடுத்துக் கொடுத்த இன்னொரு அன்னை.' அவருடன் பேசிக் கொண்டிருந்தபோது, "ஐயா... ராஜா சாரை வார இதழில் தொடர் மாதிரி எழுதச் சொன்னால் நல்லாயிருக்கும்" என்றேன். "நல்ல யோசனைதான் ஆனால் அவர் பேட்டிக்கே சம்மதிக்க மாட்டாரே... சரி சாரை நான் சந்திக்கும்போது பேசிப் பார்க்கிறேன்...' என்றார். அப்படி அவர் பலமுறை சந்திக்கும்போது இசைஞானியிடம் இது பற்றி பேசியிருக்கிறார். 2007 ல் ஆரம்பித்த அந்த பணி 2011 ல் தான் கைகூடியது. இது ஏதோ நேற்று சொல்லி இன்று நடந்ததல்ல "அண்ணே நீங்க எழுதினீங்கன்னா கண்ணனுக்கு ஆபீஸ்ல பணி உயர்வு கிடைக்க வாய்ப்பிருக்கு. கொஞ்சம் யோசிங்கண்ணே" என்று பார்க்கும் போதெல்லாம் சொல்லியிருக்கிறார்.

விழாவிற்கு கவிஞர். முத்துலிங்கம், கவிஞர். மு.மேத்தா, இறையன்பு, ஆகியோரை கலந்துகொள்ள வைக்கலாம் என்று முடிவானது. முத்துலிங்கம் ஐயா, "தமிழறிஞர்கள் கலந்துகொள்கிறோம் என்ன சன்மானம் கொடுப்பீங்க" என்று கேட்டார். நான் இதை அலுவலகத்தில் சொல்லியிருந்தால்கூட கொடுத்திருப்பார்கள். நான் சொல்லவில்லை "எனக்காக கலந்துகொள்ளுங்கள் ஐயா"

என்று சொன்னேன் "விளையாட்டாகத்தான் கேட்டேன் கண்ணன் உங்களுக்காக இதைகூட செய்யமாட்டேனா" என்றார் சிரித்துக்கொண்டே. நான் வாழ்க்கையில் மறக்கக்கூடாத மனிதர்களில் முக்கியமானவர் இறையன்பு சார். அவரை சந்திக்க நண்பர் சுந்தரபுத்தனோடு தலைமைச் செயலகம் சென்றேன். "ராஜா சாரை பற்றி பேசுவதற்கு எனக்கு மகிழ்ச்சிதான் கண்ணன். ஆனால் அதற்கு முன் அவரை நேரில் சந்திக்க முடியுமா" என்று கேட்டார். நானும் ராஜா சாரிடம் விஷயத்தைச் சொல்லி சந்திப்பிற்கு ஏற்பாடு செய்தேன்.

அவர்கள் பேசியதை பதிவு செய்தால் விகடன் புத்தகத்தில் பத்து பக்கத்திற்கு வருமளவுக்கு இலக்கிய உரையாடலாக அது இருந்திருக்கும்... புத்தகத்தை பெற்றுக்கொள்ள 'கமல்ஹாசன் வந்தால் நன்றாக இருக்கும் என்றார்கள் அலுவலகத்தில். நானும் அவரது அலுவலகத்தில் கமல் சாருக்கு தகவல் அனுப்பினேன். கலந்துகொள்வதாக கமல் சார் சொல்லியிருந்தார்.

இதற்கிடையில் நிகழ்ச்சியின் துவக்கத்தில் ராஜா சாரின் பாடல்களின் கச்சேரி வைக்கலாம் என்று முடிவெடுத்தார்கள். ஆனால் ராஜா சார் இதை விரும்ப மாட்டார் என்று சொல்லி பார்த்தேன். நடக்கவில்லை. சரி என்று ராஜா சாரிடம் தயங்கியபடியே சொன்னேன். "இது இலக்கியவிழா. எதுக்கு கச்சேரியெல்லாம்?" என்றார். "ஐயா ரசிகர்கள் விரும்புறாங்க" என்றேன் மெதுவாக "சரி... நான் அரங்கில் நுழையும்போது கச்சேரி முடிந்திருக்கணும்" என்றார். எனக்கு பெரிய நிம்மதி லக்ஷ்மன் ஸ்ருதி கச்சேரி நடத்த குறைந்த தொகைக்கு ஒப்புக்கொண்டனர். 'ஐயாவுக்காக நீங்க சொல்ற தொகைக்கு ஒத்துக்குறோம். ஆனால் பாடகர்களுக்கு நீங்களே தனிப்பட்ட முறையில் பணம் கொடுத்து வரச்சொல்லிடுங்க" என்றார் எனக்கு இதுவே பெரிய விஷயமாகப் பட்டது. அதனால சரி என்றேன். அதற்குப் பிறகு ஒவ்வொரு பாடகரையும் போனில் பிடிக்க முயன்றேன்... சிலர் அன்றைக்கு வெளியூரில் இருப்பதாக சொன்னார்கள். நானும் விடாமல் செல் அடித்தேன். என் போனை பார்த்தாலே பாடகர்கள் பலருக்கும் தொண்டை கட்டிக் கொண்டது.

ஆனால் என் தொடர்ந்த முயற்சியை சிலர் வெற்றி பெற வைத்தனர். திரு. முகேஷ், திரு. கிருஷ்ணராஜ், இறையன்பன் திரு. குத்தூஸ், திருமதி. வினயா. செல்வி. சுஹாசினி இவர்கள்தான் பணம் வாங்காமல் பாடிச்சென்ற வானம்பாடிகள்.

அப்போதுதான் கமல்ஹாசன் அலுவலகத்திலிருந்து பேசினார்கள். “கண்ணன் நிகழ்ச்சிக்கு முன்னால் கமல் சாரை சந்தித்துப் பேசி விடுங்கள். நாளைக்கு ரகுமான் ஸ்டுடியோவிற்கு வந்திடுங்க. யார் யார் வருவீங்க” என்று கேட்டு தெரிந்து கொண்டார். மறுநாள் ரகுமான் ஸ்டுடியோவில் நான் இருந்தேன். என்னுடன் என் மதிப்பிற்குரிய இதழாசிரியரும் வந்திருந்தார். விஸ்வரூபம் முதல் பாகத்தின் ஒலிப்பதிவில் இருந்தார் கமல். காத்திருந்தோம். சரேலென்று கதவை திறந்து மென்புன்னகையோடு ஒரு வெண்தாமரையாய் வெளியே வந்தார் கமல்ஹாசன் என்கிற இந்திய சினிமாவின் இலச்சினை. தூங்காமல் பல இரவாக விஸ்வரூப வேலையில் இருக்கிறார் என்பதை அவர் கண்களே காட்டிக் கொடுத்தது.

ராஜா சாரை பற்றி பேச ஆரம்பித்தார். “மியூசிக்ல மட்டுமில்ல ராஜா போட்டோகிராபியிலும் பெரிய கில்லாடி. என்கிட்ட நிறைய ஆல்பங்களை காட்டியிருக்கார். இசை ஆளுமை அது இதுனு சொல்வாங்க. நான் அப்படியெல்லாம் சொல்ல மாட்டேன். இசையை தன் இஷ்டத்துக்கு ஆட்டி வைக்கக் கூடியவர் ராஜா. அந்த மேதமை எவனுக்கும் வராது. தப்பா நினைக்காதீங்க. இந்த மனுஷனோட திறமையும், பெருமையும் நமக்கு எப்ப தெரியும் தெரியுமா... அவர் இல்லாத போதுதான் தெரியும். இந்த நாட்டின் சொத்து ராஜா” என்று சொல்லி விட்டு ஒரு நிமிடம் அப்படியே தரையைப் பார்த்தபடி அமைதியாக இருந்தார் கமல். இசைஞானி மேல் அவர் வைத்திருக்கும் பாசத்தை பளீச் என்று காட்டியது அந்த மௌனம்.

“சார்... டெக்னாலஜி வளராத காலத்தில் விக்ரம் படம் வந்தது. அதை இப்போ எடுத்திருக்கலாம்னு எப்போதாவது நீங்கள் நினைச்சதுண்டா?” நான்தான் இப்படி கேட்டேன். “ஏன் அப்படியெல்லாம் நினைக்கனும்? கதையிலேயே இப்ப அட்வான்ஸா வளர்ந்திருக்குற விஸ்வரூபம் எடுக்குறேனே. அது போதாதா” பேச்சு பழைய படங்களுக்கு திரும்பியது. ஒருகாட்சியில் தலைகாட்டிப் போன பழம் கலைஞர்களையும் ஞாபகப்படுத்திப் பேசினார். அதில் நம்பியாரின் ஒழுக்கமும் அவர் கடைபிடித்த தொழில் பக்தியும் பற்றி கமல் சொன்னபோது பிரமிப்பாக இருந்தது. அதோடு அவர் கண்டுபிடிக்கும் புதுப்புது வார்த்தைகளை பற்றி வியந்து பேசினார்.

"எல்லாரையும் விட நடிப்பில் நக்கல் காண்பிக்கும் ராட்ஷசன் ஒருத்தன் இருந்தாரு. அவருதான் எம். ஆர். ராதா. சாயங்காலம் போடப் போற நாடகத்துக்கு காலையில் நியூஸ் பேப்பர்லருந்து சீன் எடுப்பாரு கவர்மெண்டை நக்கலடிக்கிற மாதிரிதான் இருக்கும். ஆனால் அதுக்கெல்லாம் கவலபடுற மனுஷனா அவரு. அப்படிதான் ஊர் ஊரா நாடகம் போட்டுக் கொண்டிருந்தப்போ அந்த நேரத்துல சொர்ணமுகிங்கிற டான்ஸரை அரசவை நடனப் பெண்ணாக அறிவித்து அறிவிப்பு வந்திருந்துச்சு. இதை பார்த்துட்டு எம். ஆர். ராதா அன்னைக்கு நாடகத்துல பொம்பள வேஷம் போடுறாரு. அவர் பொம்பள வேஷம் போட்டு நடந்து நீங்க பார்த்திருக்கணுமே. பொம்பளைங்க கெட்டாங்க போங்க. நமக்கு இப்படி நடக்க வரலேன்னு பெண்களே ஏங்குவாங்க" என்று சொல்லிக் கொண்டிருந்தவர், விருட்டென்று எழுந்து இடுப்பில் ஒரு கையை வைத்துக் கொண்டு நாணல் போல நெளிந்து நெளிந்து நடந்து காண்பித்தார். இசைஞானி மட்டுமல்ல நீங்களும் இந்த நாட்டின் சொத்து தான் கமல் பேசிக்கொண்டே நேரம் ஆவதையும் கவனித்தார். "வராலாற்று ஆய்வாளர் தொ. பரமசிவமும் கு. ஞானசம்பந்தமும்தான் நான் போன்ல அதிக நேரம் பேசுறவங்க" என்ற கமலிடம் "என்ன இருந்தாலும் பாகவதரையும், என். எஸ். கேவையும் சிறையில் அவ்வளவு நாள் வெச்சிருந்ததை ஏத்துக்க முடியல சார்" என்றேன்.

"அந்த கலைஞர்கள் மேல் உள்ள பாசத்தால நீங்க இப்படி சொல்றீங்க ஆனால் சட்டம்னு ஒண்ணு இருக்கே" என்று அதை பற்றி பேச வந்த போது ஒலிப்பதிவு கூடத்திலிருந்து அழைப்பு வந்தது. எழுந்து கை கொடுத்து விடை பெற்றார் கமல். சொன்னபடியே விழா நாளன்று வந்து சிறப்பாகப் பேசி அப்ளாசை அள்ளினார்.

* * *

இசைஞானி இளையராஜா பேட்டி

தென்கோடி கிராமத்தில் பிறந்து தேம்ஸ் நதி நகரை இந்தியா நோக்கித் திரும்பிப் பார்க்க வைத்த பெருமை இவருக்கு உண்டு. தினமும் சரியாகக் காலை ஏழு மணிக்கெல்லாம் தன் ஒலிப்பதிவு கூடத்திற்கு வந்துவிடுகிறார். நாள் முழுதும் நடக்கும் இசைப் பணிகளுக்கிடையே யாரையும் சந்திப்பதில்லை. 'தி ஹிந்து' இதழுக்காக அவரைப் பிரசாத் ஸ்டுடியோவில் சந்தித்தேன். பிரகாஷ் ராஜின் 'உன் சமையலறையில்' படத்திற்கான பின்னணி இசையமைக்கும் பணிக்கு இடையில் பேசினார் இசை ஞானி.

உங்கள் பார்வையில் ஒரு பாடல் என்பது எப்படி இருக்க வேண்டும் என்று நினைக்கிறீர்கள்?

பாடல் பாடலாக இருக்க வேண்டும். அது உள்ளத்தையும் உயிரையும் உருக்கி, கேட்பவர்களை மேன்மையான இடத்திற்கு எடுத்துச் செல்ல வேண்டும். இப்படி நம் முன்னோர்கள் நிறைய பாடல்களைப் போட்டிருக்கிறார்கள். 'மலர்ந்தும் மலராத பாதி மலர் போல', 'மாலைப் பொழுதின் மயக்கத்திலே நான் கனவு கண்டேன்', போன்ற பாடல்களை இனிமேல் யாராவது போட முடியுமா. அஜித், விஜய் இந்த மாதிரியான பாடல்களைப் பாடி நடித்தால் யாராவது பார்க்க முடியுமா. ஆனால் அப்படியான கதையைக் கொண்டு வருபவர்களுக்கு அந்த மாதிரியான பாடல்களைப் போட்டுத் தரலாம்.

கே.பாலசந்தர் 'சிந்து பைரவி' படத்திற்காக வந்திருந்தார். அப்போது கதையில் ஒரு சூழலைச் சொல்லி இந்த இடத்தில் சின்ன கீர்த்தனையோடு பாடல் துவங்க வேண்டும் என்றார். தெலுங்கு கவிஞரை வைத்து எழுதிவிடலாம் என்று முடிவு செய்தோம். பிறகு நான் தற்செயலாகத் தியாகையர் கீர்த்தனை புத்தகத்தைப் புரட்டிப் பார்த்துக்கொண்டிருந்த போது. நான் போட்டிருந்த டியூனுக்கும் அது துவங்கும் காலப் பிராமாணத்திற்கும் பொருத்தமாக ஒரு கீர்த்தனை இருந்தது. 'மரி மரி நின்னே...' என்ற கீர்த்தனைதான் அது. இப்படி நல்ல கதை அமைந்தால் நல்ல

பாடலும் அமையும். இதில் பெரிய விஷயம் என்னவென்றால் நான் போட்ட டியூனுக்கு தியாகையர் எப்பவோ கீர்த்தனையை எழுதி வைத்துவிட்டுப் போயிருக்கிறார். இதை எனக்குக் கிடைத்த ஆசீர்வாதமாகவே நினைக்கிறேன்.

திரைப்படத்தில் பயன்படுத்தப்பட்ட பாடல்களை மேடைக் கச்சேரிகளில் பாடும்போதும், வாசிக்கப்படும் போதும் உங்கள் மனநிலை எப்படியிருக்கும்?

ஒரு பாடலுக்கான குறிப்புகளை எழுதுவதற்கு எனக்கு அரை மணிநேரம் போதும். இரண்டு மணிநேரத்தில் அதைப் பதிவு செய்துவிடுவேன். ஒரு பாடலுக்கு ஒரு நாளோ இரண்டு நாளோ ஆகலாம். ஆனால் அதை மறுபடியும் வாசிப்பதற்குப் பத்து நாட்களுக்கும் மேலாக ரிகர்சல் செய்ய வேண்டியிருக்கிறது. என்னுடைய நோட்ஸை வாசித்த அதே வாத்தியக் கலைஞர்களே மறுபடியும் அதேபோல் வாசிக்கச் சிரமப்படுகிறார்கள். ரிகர்சலின்போது அவர்கள், “சார் போகிற போக்கில் இப்படி ஒரு மியூசிக்கை எப்படிப் போட்டுட்டு போனீங்க. இது எங்கிருந்து உங்களுக்குள் இருந்து வந்தது?” என்று கேட்கும்போது எனக்கு எந்தப் பதிலும் சொல்லத் தோன்றாது.

ஒவ்வொரு மேடைக் கச்சேரிகளிலும் ரெக்கார்டிங்கில் ஒலித்த அதே இசையைக் கொடுக்க வேண்டும் என்பதில் மட்டும் நான் உறுதியாக இருப்பேன், அதில் சின்னத் தவறு வந்தாலும் அந்த இடத்திலிருந்து மறுபடியும் வாசிக்க வைப்பேன். சரியாக வரும் வரைக்கும் விட மாட்டேன். இந்த மாதிரி நேரங்களில் ரசிகர்களுக்கு ரெக்கார்டிங்கை நேரில் பார்த்த உணர்வு ஏற்படும். அது அவர்களுக்குப் புது அனுபவமாக இருக்கும்.

பாடல் கம்போஸிங்கில் இயக்குனர்களோடு உட்காரும்போது நடந்த சுவாரஸ்யமான சம்பவத்தைப் பகிர்ந்துகொள்ள முடியுமா?

நிறைய சொல்லலாம். ஒரு இயக்குனர் என் முன்னால் வந்து அமர்ந்து கதையைச் சொன்னவுடன் நான் சில டியூன்களை போடுவேன். “இந்த டியூன் வேற மாதிரி இருக்கு வேறு ஒரு டியூன் போட முடியுமா?” என்று கேட்பார். அவர் திருப்திக்காக நானும் வேறு ஒரு டியூனை போட்டுத் தருவேன். அதே சமயம் அவர் வேண்டாம் என்று சொன்ன டியூனை வேறு படத்திற்குப் பயன்படுத்தி, அந்தப் பாட்டு ஹிட்டாகிவிடும். அதைக் கேட்டுவிட்டு இயக்குநர், “இந்த மாதிரியான டியூன்களை எங்களுக்குத் தந்திருக்கலாமே” என்று பரவசப்படுவார். “நீ வேண்டாம்னு

சொன்ன டியூன்தான் இது” என்பேன். பாரதிராஜாதான் இப்படி நிறைய முறை கேட்டிருக்கிறார்.

இதேபோல அவதாரம் படத்திற்காக நான் போட்ட ஒரு டியூன் நாசருக்கு பிடிக்கவில்லை. ஆனால் என்னிடம் சொல்லத் தயக்கம். நான் அதைத் தெரிந்துகொண்டேன். “போய்ட்டு சாயங்காலம் வாங்க” என்று அனுப்பி வைத்தேன். மாலையில் முழு ஆர்க்கெஸ்ட்ராவுடன் வாசித்துக் காட்டினேன். அழுதேவிட்டார் நாசர்.

ஆயிரம் படங்களைக் கடந்து சாதனை புரிந்திருக்கிறீர்கள் அது பற்றி?

இதையெல்லாம் நான் சாதனையாகவே நினைக்கவில்லை. ஏதோ வாழ்க்கையை ஓட்டி வந்திருப்பதாகவே நினைக்கிறேன். காரணம் நான் செய்கிற வேலையில் இருக்கும் தவறு எனக்குத் தெரியும். அதனால் நான் அமைதியாக இருந்துவிடுகிறேன். நீங்கள் திரும்பத் திரும்பக் கேட்டு ரசிக்கும் பாடல்களில்கூட அந்தத் தவறு இருக்கிறது. இது எனக்கு மட்டுமே தெரிந்த விஷயம். சரிகமபதநி என்கிற ஏழு ஸ்வரங்களைத்தான் நான் திரும்பத் திரும்பப் போட்டுக்கொண்டிருக்கிறேன். என்னால் புதிதாக ஒரு ஷட்ஜமத்தை உருவாக்க முடியுமா? ஏற்கனவே இருந்தவற்றிலிருந்துதான் பாடல்களை அமைக்கிறேன். இதில் என்ன சாதனை இருக்கிறது.

இந்த கின்னஸ் ரெக்கார்ட், உலக ரெக்கார்ட் இதிலெல்லாம் எனக்கு நம்பிக்கையே கிடையாது. இதையெல்லாம் மிஞ்சிய சாதனைகள் பதிவு செய்யப்படாமலே இருக்கின்றன. என்னைப் பொறுத்தவரை சாதனை என்பது இசையில் நான் அதைச் செய்திருக்கிறேன் இதைச் செய்திருக்கிறேன் அவார்டு வாங்கியிருக்கிறேன் என்பதல்ல. இவை எல்லாவற்றையும் விட்டுவிட்டு ஆன்மிகத்தில் உட்காருவதே பெரிய சாதனையாக நினைக்கிறேன்.

சமீபத்தில் நீங்கள் எடுத்த புகைப்படங்களின் கண்காட்சி நடந்தது. புகைப்படம் எடுக்கும் ஆர்வம் எப்போதிருந்து வந்தது?

சிறு வயதில் ஓவியங்கள் வரைவதில் ஆர்வம் இருந்தது. படம் வரைவதில் எனக்கும் பாரதிராஜாவிற்கும் போட்டியே நடக்கும். அந்த ஆர்வம்தான் பின்னால் புகைப்படம் எடுப்பதாக மாறிப்போனது. 78லிருந்து நான் எடுத்த புகைப்படங்களைப் புகைப்படக் கலைஞர் நண்பர் கார்த்தி பாதுகாத்து வைத்திருக்கிறார். இப்போது கண்காட்சியாக வைத்திருப்பது சிறு பகுதிதான்.

திடீரென்று ரசிகர் மன்றம் ஆரம்பித்திருக்கிறீர்களே இதன் நோக்கம்... ?

இண்டர்நெட், ஃபேஸ்புக், டுவிட்டர் கலாச்சாரம் வளர்ந்த பிறகு ரசிகர்கள் என் பெயரில் ரசிகர் மன்றங்களைத் தாங்களாகவே ஒரு பெயரில் துவங்க ஆரம்பித்துவிட்டனர். இப்படி நிறைய குழுக்கள் வந்துவிட்டன. அவர்களை எல்லாம் முறைப்படி ஒருங்கிணைக்கலாம் என்று நண்பர்கள் வற்புறுத்திச் சம்மதிக்க வைத்தனர். இதன் மூலம் மேலும் மன்றங்கள் வருவதைத் தடுக்க முடியும்.

ஒரு பாடல் பிடித்துப் போய் அந்த இன்ஸ்பிரேஷன்ல எதாவது பாடலை உருவாக்கி இருக்கிறீர்களா ?

இன்ஸ்பிரேஷன் என்பது வேறு. இமிடேஷன் என்பது வேறு. உதாரணமாக எனக்குச் சின்ன வயதில் எம்.எஸ்.வி. அண்ணாவோட 'வான் மீதிலே இன்பத் தேன்மாரி பெய்யுதே...' என்ற பாடல் ரொம்பவும் பிடிக்கும். இந்த விஷயத்தை எம்.எஸ்.வி. அண்ணனிடம் சொன்னபோது 'மெல்லத் திறந்தது கதவு' படத்தில் நானும் அவரும் சேர்ந்து இசையமைத்தபோது அவர், அப்படிப் போட்ட பாடல்தான் 'வா வெண்ணிலா உன்னைத்தானே வானம் தேடுதே...' என்ற பாடல். இது சந்தம் உட்பட எல்லாமே அந்தப் பாட்டின் மீட்டரிலே இருந்தது. அதனால் இது இமிட்டேஷன்தானே தவிர இன்ஸ்பிரேஷன் கிடையாது. ஆனால் எனக்காகக் காத்திரு படத்தில் 'ஓ... நெஞ்சமே இது உன் ராகமே...' என்ற பாடலைக் கேட்டுப் பாருங்கள் அந்தப் பாட்டுதான் எம்.எஸ்.வி. அண்ணாவோட இன்ஸ்பிரேஷனில் நான் போட்டது.

இலக்கியவாதிகளில் உங்களுக்கு நெருக்கமான நண்பர்கள் யார் ?

ஜெயகாந்தன் அவர்களை நான் ஆதர்சமாக நினைக்கிறேன். எப்போதாவது அவரைச் சந்தித்துப் பேசுவதுண்டு. அவருடைய வாழ்க்கையைப் பதிவு செய்வதற்காக ஒரு ஆவணப் படம்கூட எடுத்திருக்கிறேன். இதில் எந்த வித வணிக நோக்கமும் கிடையாது. இதேபோல் நாஞ்சில் நாடன், சிற்பி பாலசுப்ரமணியம், தெ. ஞானசுந்தரம், பெரும்புலவர் நமச்சிவாயம், எஸ். ராமகிருஷ்ணன் ஆகியோரும் அவ்வப்போது என்னைச் சந்தித்து உரையாடுவது வழக்கம். இதில் நாஞ்சில் நாடனையும் எஸ். ராமகிருஷ்ணனையும் தம்பி சுகா இயக்கிய படித்துறை படத்தில் பாடலும் எழுத வைத்திருக்கிறேன்.

* * *

“எங்களுக்கெல்லாம் உயிர் கொடுத்தீங்களேண்ணா” எம்.ஸ்.வி-இளையாரஜா

ஒரு நெகிழ்ச்சி சந்திப்பு.

மெல்லிசை மன்னர் எம். எஸ். விஸ்வநாதன் அவர்களுக்கு கடந்த இரண்டு நாட்களுக்கு முன் திடீரென்று மூச்சுத்திணறல் ஏற்பட்டு சென்னை தனியார் மருத்துவமனையில் சேர்க்கப்பட்டார். அங்கு அவருக்கு தீவிர சிகிச்சையளிக்கப்பட்டு வருகிறது.

88 வயது ஆகும் மெல்லிசை மன்னர் விரைவில் நலம் பெற்று வீடு திரும்ப இசைரசிகர்கள் இறைவனை வேண்டுகிறார்கள். இந்நிலையில் இசைஞானி இளையராஜா அவர்கள் எம். எஸ். வியை சந்தித்து உடல் நலம் விசாரித்தார். எம். எஸ். விஸ்வநாதன் சிகிச்சை பெற்று வரும் தனி அறைக்குள் இளையராஜா நுழைந்ததுமே அவரைப் பார்த்து எழுந்திருக்க எத்தனித்தார் எம்.எஸ்.வி. அவர் கால்களை தொட்டு வணங்கி கண்களில் ஒற்றிக் கொண்டார் இளையராஜா.

“சாப்பிடுங்க ராஜா” என்ற எம். எஸ். வி பக்கத்தில் நின்றிருந்த மகள் மதுவைப் பார்த்து கண்களில் ஜாடை செய்து “ராஜாவை பார்த்துக்கோ” என்கிறார். உடனே ராஜா சார் எம்.எஸ்.வி. கைகளை பிடித்துக்கொண்டு “அண்ணா பரவாயீல்லண்ணா அவங்க என்னைப் பார்த்துப்பாங்க. நீங்க சாப்பிட்டிங்களாண்ணா” என்று கேட்க, பக்கத்திலிருந்த மருத்துவர்கள் “அவர் சாப்பிட மட்டேங்குறார் நீங்க சொல்லுங்க சார்” என்று சொல்லவும், “என்னண்ணா சாப்பிடமாட்டேங்குறீங்களாமே... இப்ப சாப்பிடுறீங்களா” என்று கேட்கவும் தலையசைத்தார் எம்.எஸ்.வி. உடனே நர்ஸ் அவர் சாப்பிட கஞ்சியை தயார் செய்து கொடுக்க, அதை வாங்கிய இளையராஜா, ஸ்பூனில் எம். எஸ். விக்கு வாயில் ஊட்ட, அதை குழந்தை போல் சாப்பிட்டார். மீண்டும் “நீயும் சாப்பிடு ராஜா” என்று ஜாடையில் சொல்கிறார். “நான் சாப்பிட்டுக்கிறேன் அண்ணா” என்று தண்ணீரையும் ஸ்பூனில்

கொடுத்துவிட்டு அவர் கைகளை பிடித்துக்கொள்கிறார் இளையராஜா.

இந்திய சினிமாவின் இரண்டு இசைமேதைகளின் இந்த அன்பைப் பார்த்து மருத்துவர்கள் நெகிழ்ந்து போனார்கள். அப்போது அங்கிருந்த உறவினர்களின் ஒருவருக்கு போன் வருகிறது. பேசுவது எஸ். பி. பாலசுப்ரமணியம். இளையராஜா இங்கு இருக்கிறார் என்று அவருக்குச் சொல்லவும், போனில் எஸ். பி.பியுடன் பேசினார் ராஜா. "அண்ணனை இந்த நிலையில் பார்க்கவே கஷ்டமா இருக்குடா பாலு" என்று கலங்குகிறார் இளையராஜா, மறுமுனையில் "நமக்கெல்லாம் சாப்பாடு போட்டவரே ராஜா" என்று எஸ். பி. பியும் உருகுகிறார். "டேய் சாப்பாடா போட்டாரு நமக்கெல்லாம் உயிர் கொடுத்ததே அண்ணன்தானடா" என்று திருத்துகிறார் ராஜா. எம். எஸ். வியிடம் "அண்ணே நீங்க சாப்பாடு போட்டதா பாலு சொல்றான். சாப்பாடு மட்டுமாண்ணே போட்டீங்க இந்த உயிரை கொடுத்ததே நீங்கதானண்ணே" என்று எஸ். பி. பியை செல்லமாய் கோபிக்க, பிள்ளைகளின் இந்த செல்லச்சண்டையை ரசித்து சிரித்தபடி படுத்திருந்தது எம். எஸ். வி என்னும் அந்த இசைத்தாய்.

"பாலு நீ சொன்னதை அப்படியே சொல்லு நான் அண்ணன் காதில் போனை வைக்கிறேன்" என்று சொல்லி எம்.எஸ்.வி. காதில் வைக்கிறார் ராஜா. எஸ். பி. பி. பேசுவதை கேட்டு குதூகலமாகிறார். அரைமணிநேரத்திற்கும் மேலாக இந்த சந்திப்பு நீடித்தது. புறப்படும் போது, "அண்ணா நலமாகி வீட்டுக்கு வந்துடுவீங்க. வந்ததும் பிரசாத் ஸ்டுடியோவுக்கு வாங்க. உங்களுக்கு ஒரு வேலை வெச்சிருக்கேன்" என்று இளையராஜா சொல்ல, சிரித்துக்கொண்டே வேகமாகத் தலையாட்டினார் மெல்லிசை மன்னர் இசைஞானி அங்கு இருந்த நேரம் மகிழ்ச்சியில் அந்த மேதையின் கண்களின் ஓரம் ஈரம் எட்டிப்பார்த்தது.

* * *

“என் பின்னால் வராதீங்க”-ரஜினியின் கோபம்

அது சென்னைக்கு வந்த புதிது. எந்த இலக்கும் தெரியாமல் கிழக்கும் தெரியாமல் இருந்த நேரம். திருவல்லிக்கேணியில் ஒரு பழைய வீட்டை பல பாகங்களாகப் பிரித்து அறைகளாக மாற்றிய அந்த ‘புராண மந்திர்’ பங்களாவில்தான் தங்கியிருந்தேன். ஒழுங்காக வாடகை தரும் இரண்டு நண்பர்களோடு நான் ஒண்டு குடித்தனம் மாதிரி இருந்தேன். தினமும் ரெண்டு வேளை சாப்பிட்டாலே ஆச்சரியம். அப்படியொரு சூழல். இந்த லட்சணத்துல ஊர்லருந்து “நான் கண்ணனை பார்க்கப் போறேன்”னு கூடப் படிச்ச பசங்க கிளம்பி வந்து நிற்பானுங்க. அவனுங்க இருக்கும் வரைக்கும் போஜனத்துக்கு பங்கம் வராது. ஆனால் அவனுங்க போறதுக்குள்ள பேப்பர்ல பார்த்த சென்னை இடங்களையெல்லாம் பார்க்கணும்னு அடம் பிடிப்பானுங்க. அதுல முக்கியமான ஒரு இடம் போயஸ் கார்டன். ரஜினியை பார்க்கணும்னு வந்து உயிர எடுப்பானுங்க.

ரஜினியைப் பார்க்க அடுத்த பார்ட்டி ஊர்லருந்து லேண்ட் ஆனது. ‘இவ்வளவு நாளா சென்னையிலிருந்தும் நமக்கு ஒரு நாள் கூட அவரை பார்க்கணும்னு ஆசையில்லை. எப்படிதான் கிளம்பி வர்றானுங்களோ’ன்னு எரிச்சலா இருக்கும். ரஜினியை பார்க்க புறப்பட்டோம். எத்தனை மணிக்கு தெரியுமா? விடியற்காலை ஐந்தரை மணிக்கு. அப்போதெல்லாம் தினமும் ரஜினி ரசிகர்களை சந்திப்பார். அன்றைக்கு அவரோட பிறந்தநாள்... அதனால் முதல் ஆளாக அவரை பார்த்து விடலாம்னு கிளம்பினோம்.

போய் பார்த்தால் எங்களுக்கு முன்னால் பெரிய வரிசை நின்றிருந்தது. சத்யநாராயணனுக்கு மட்டுமே கட்டுப்படும் முரட்டுக் கூட்டம் அது. “தலைவா... தலைவா” என்ற ஆரவாரம் சத்தி சாரின் தலை தெரியும் போதெல்லாம் அடங்கிப் போய்விடும். வாழை மரம், தோரணம் என்று மங்களகரமாக இருந்தது வீடு. நேரம் ஆக ஆக கூட்டம் அதிகரித்தது. பிரிமியர் பத்மினி காரில்

ஐஸ்வர்யாவும், சௌந்தர்யாவும் குட்டி பசங்களா பள்ளிக்கு புறப்பட்டு சென்றனர். பிஸ்கட் கலரில் யூனிபார்ம். அதற்கும் பெரிய கூச்சல். "டேய்ய்ய்ய்" சத்தியின் குரல் அடக்கியது. சரியாக ஒன்பது மணிக்கு ரஜினி வரப்போவதாக பெரிய கேட்டை இருவர் திறக்க, கதர் வேஷ்டி சட்டையில் ஒரு பருத்திப் பூவாக சிரித்துக் கொண்டே ரஜினி வெளியே வர, ஏரியா நடுநடுங்க "தலைவா' கோஷம் எழும்பியது. அப்படியே மெய் மறந்து தன் ரசிகர்களின் அன்பை பார்த்துக்கொண்டிருக்க, அதே உணர்வில் ரசிகர்களும் ரஜினியை பார்த்துக்கொண்டிருந்தனர். ரொம்பவும் உணர்ச்சிப்பூர்வமாக இருந்தது கூட்டம். அப்போதுதான் முரட்டு பாசத்தோடு இருந்த அந்த ரசிகர் செய்த காரியத்தைப் பார்த்து ஆடிப்போனார் ரஜினி. வீட்டுப் பக்கத்தில் இருந்த மரத்தில் விடுவிடுவென ஏறிய அந்த ரசிகர் "தலைவா... தலைவா" என்று குரல் கொடுக்க, அவரை மட்டும் ஸ்பெஷலாக பார்த்து கையை ஆட்டி புன்னகைத்தார். அவ்வளவுதான் ஜென்ம சாபல்யம் அடைந்த மாதிரி அந்த ரசிகர் உரத்த குரலில் கத்தியபடியே பாக்கெட்டில் வைத்திருந்த சிறிய கத்தியால் கையை கீறிக் கொண்டார். ரத்தம் குபுகுபுவென வெளியேற அதைப் பார்த்து பதறிப்போனார் ரஜினி. "ஏன் இப்படி... ஏன் இப்படி...? நான் தான் வந்துட்டேன்ல" என்றபடியே கொஞ்சம் கோபத்தோடு சத்தி சாரிடம் ஏதோ சொல்லிவிட்டு வீட்டுக்குள் போய் விட்டார். அந்த ரசிகரை அவசரமாக ஆஸ்பத்திரிக்குக் கொண்டுபோக ஏற்பாடு செய்தார்கள் வீட்டிலிருந்தவர்கள். அப்போது நடந்த தள்ளுமுள்ளுவில் எனக்கு லேசான சிராய்ப்பு ஏற்பட்டது. அதோடு ரூமிற்கு வந்து சேர்ந்தோம். "இது தேவையாடா... "என்று நண்பனிடம் கடிந்து கொண்டேன். ஆனால் அவன் இன்னும் ரஜினி அலையிலிருந்து விலகவில்லை. "உனக்கென்னடா தெரியும் தலைவனோட அருமை. கையை அறுத்துக்கிட்டான் பாரு அதுதாண்டா பாசம். நீயும் ஒரு நாளைக்கு இதே வாசல்ல தலைவனை பார்க்க வந்து நிற்ப பாரு" ஏதோ சாபம் விட்டது போல சொன்னான். நல்ல நண்பன் அவன் அதனாலதான் அவன் சாபம் பலிச்சது.

சில வருடங்களுக்குப் பிறகு நான் பத்திரிகைத் துறைக்கு வந்து விட்டேன். இதயம் பேசுகிறது, குங்குமம், இதழ் பணிபுரிந்து விட்டு குமுதம் இதழில் பணியாற்றிய போது ரஜினியின் பிறந்த நாள் மலர் தயாரிக்கும் பணியில் முக்கிய பொறுப்பு ஏற்றிருந்தேன். ரஜினியை சந்திக்க நேரம் கேட்டிருந்த ஒருநாளில், பல்லாவரத்திலிருந்து

ஆபீஸுக்கு வந்துகொண்டிருந்தேன். ரயில்வே பாலம் வேலை நடைபெறுவதால் நல்ல ட்ராபிக். போன் அடிக்கிறது. எடுக்க முடியவில்லை. ஒரு கையில் செல்லை எடுத்துப் பார்க்கிறேன் "சூப்பர் ஸ்டார்' என்று மின்னுகிறது போன் ஸ்கிரீனில்... பதட்டமாகிறேன். ஆனால் வண்டியை ஓரம் கட்ட முடியாது. முடிந்தவரை பேசி விடலாம் என்று வண்டியிலிருந்தபடியே போனை ஆன் பண்ணினேன், "சார் நாங்க ரஜினி சார் வீட்லருந்து பேசுறோம்..." என்ற குரல் சட்டென்று "நீங்க வண்டியை நிறுத்தி விட்டு போன் பண்ணுங்க அவசரமில்ல" என்று அக்கறையோடு சொல்லி போனை வைத்தார்கள். இந்த போனுக்காகத்தான் நாலு நாட்களாக காத்துக்கிடக்கிறேன். ஒதுங்க இடம் கிடைத்த ஒரு இடத்தில் வண்டியை நிறுத்தி விட்டு ரஜினி சார் வீட்டுக்கு போன் பன்ணினேன். "தேனி கண்ணன் சார் வண்டியை நிறுத்திட்டீங்களா? பாதுகாப்பான இடத்துல தான இருக்கீங்க. சாரை சந்திக்க டைம் கேட்டிருந்தீங்கல்ல, நாளைக்கு காலையில் 10 மணிக்கு போயஸ்கார்டன் வீட்டுக்கு வர முடியுமா?" என்று கேட்க நானும் அலுவலக நண்பர்களோடு வருவதாக சொல்லி வைத்தேன்.

இந்த உரையாடலில் கவனிக்க வேண்டிய விஷயம், சாலையில் வரும்போது என்னை எச்சரிக்கை செய்து பாதுகாப்பை உறுதிசெய்த அக்கறை. இதெல்லாம் சூப்பர் ஸ்டார் தன் அலுவலக ஊழியர்களுக்கு சொல்லி வைத்திருக்கும் விஷயம் என்பதை அவர்கள் சொல்லி தெரிந்து கொண்டேன். ஆனால் ரஜினி சாரின் இந்த அக்கறையை ஒரு நாள் நேரிலும் பார்க்க நேர்ந்தது. போயஸ் வீட்டில் ரஜினியை சந்தித்த சம்பவத்திற்கு முன் ரசிகர்கள் மேல் அவர் வைத்திருக்கும் அந்த பாசக் காட்சியை பதிவு செய்து விடுகிறேன்.

காமராஜர் அரங்கத்தில் ஆஷ்ரம் பள்ளியின் ஆண்டு விழா நடந்து கொண்டிருந்தது. பத்திரிகையாளர்கள் வரிசையில் நானும் என் நண்பரும் அமர்ந்திருந்தோம் ரஜினி வரப்போற தகவல் வந்து அரங்கம் பரபரப்பானது. வேகவேகமாக வந்த ரஜினி, குழந்தைகள் நடத்திய நாடகத்தை மனம் விட்டு ரசித்து சிரித்துப் பார்த்தார். தொடர்ந்து 4 மணிநேரம் அமர்ந்து பார்த்தார். விழா முடியும் தருவாயில் நானும் நண்பரும் கூட்ட நெரிசலை தவிர்க்க முன்னதாகவே அரங்கத்தின் வெளியே வந்து சாலையின் ஓரத்தில் நின்றிருந்தோம். அப்போது ஒரு கார் அரங்கத்தை விட்டு வெளியேறுவதை பார்த்தேன். முழுக்க கண்ணாடி ஏற்றப் பட்டிருந்த

அந்த கார் ரஜினியின் கார் போல தோன்றவும். சந்தேகத்தோடு அந்த காருக்கு உற்சாகமாக கையை ஆட்டி வைத்தேன். எங்கள் அருகில் வந்த காரின் வேகம் குறைய, கருப்புக் கண்ணாடியை இறக்கி விட்டு சிரித்தபடியே கையை ஆட்டினார் சூப்பர் ஸ்டார். பரவசமாகிப் போனோம் நானும் நண்பரும்.

இந்தக் காட்சியை பின்னால் வந்த புல்லட் வாலிபர்கள் இருவர் பார்த்து விட்டு "ஏய் ரஜினிடா... தலைவா..." என்று துரத்த ரஜினியின் கார் எங்களை விட்டு வேகமெடுத்தது. புல்லட் போற வேகத்தைப் பார்த்து பதற்றத்தோடு நாங்களும் பின் தொடர்ந்தோம். (மெதுவாகத்தான்.) ஆனால் அடுத்த சிக்னலில் ரஜினியின் கார் நின்றிருந்தது... படுவேகத்தில் வந்த புல்லட்டும் காரை ஓவர் டேக் செய்து நின்றது "தலைவா... தலைவா..." என்ற கோஷம் குறையாமல்... இதை காருக்குள்ளிருந்து கவனித்த ரஜினி சரசரவென்று கண்ணாடியை இறக்கினார். "ஏன் இப்படி... எதுக்கு இவ்வளவு வேகம்..." என்று பதட்டத்தோடு சொன்னவர், கூல் ஆகி ஆள் காட்டி விரலை உயர்த்தி "என்னை ஃபாலோ பண்ணாமல் வீட்டுக்குப் போங்க கண்ணுங்களா" என்று செல்லமாய் அவர்களை கண்டித்து விட்டு, டிரைவருக்கு சைகை காட்ட, பறந்தது ரஜினியின் கார். தலைவனின் வார்த்தையை தட்டாத ரசிகர்கள் வேறு பக்கம் புல்லட்டை திருப்பினார்கள். இப்படி தன் ரசிகர்கள், தன்னை பார்க்க வருபவர்கள் என்று அத்தனை பேர் மீதும் அக்கறையோடு இருப்பார் ரஜினி.

ரஜினியின் வீட்டிலிருந்து சொன்னபடியே மறுநாள் காலை ஒன்பது மணிக்கு போயஸ் கார்டனில் இருந்தேன். அலுவலக நண்பர்கள் ஒவ்வொருவராக வர ஆரம்பித்தனர். எங்கள் அலுவலகம் சார்பாக தயாரித்திருந்த ரஜினியின் பிறந்தநாள் சிறப்பு மலரை அவருக்குக் கொடுப்பதற்காகத்தான் இந்த சந்திப்பு. மலர் தயாரிக்கும் பணியில் ரஜினியை சந்திக்கும் பொறுப்பை நான் ஏற்றிருந்தேன். அந்த ஏற்பாட்டின்படிதான் இப்போது நாங்களெல்லாம் ரஜினி வீட்டின் முன் இருந்தோம். அலுவலகத்தில் இருந்தவர் எங்களை அழைத்து ஹாலில் அமர வைத்தார். "சார் இப்ப வந்திடுவாங்க. டீயா, காபியா" என்றவர் சூடு பறக்க எங்களுக்கு டீ கொடுத்தார். நாங்கள் டீ குடித்துக் கொண்டிருந்த அந்த நேரத்தில் ரஜினி வருவதைப் பார்த்த ஊழியர் அதை எங்களுக்குத் தெரியப்படுத்த எத்தனித்தபோது ரஜினிக் கையை உயர்த்தி 'டீ சாப்பிட்டு முடிக்கட்டும்' என்று சிக்னல் காட்டுகிறார். இதை நான் கவனித்து நண்பர்களை

தயார் படுத்தவும், ரஜினி ஹாலுக்குள் வரவும் சரியாக இருந்தது. பாசக் கலரில் பட்டு வேஷ்டியும் வெள்ளை குர்தாவும், கழுத்தில் நீண்ட கருப்பு கயிரில் தொங்கும் ருத்ராட்ஷம் என்று சிரித்துக் கொண்டே வந்தார். மதிப்பிற்குரிய இதழாசிரியர் ரஜினி சிறப்பு மலரை அவரிடம் கொடுத்து எல்லோரையும் அறிமுகப்படுத்தினார்.

"எவ்ளோ புக் அடிச்சீங்க... அவ்வளவும் வித்துடுமா?" என்று வரிசையாகக் கேட்டார். இளையராஜாவின் கேள்வி பதில் தொடரைப் பற்றி பேசினார். "அவர் எழுத சம்மதிக்க மாட்டாரே எப்படி எழுத வெச்சீங்க. ரொம்ப அபூர்வமான தகவலையெல்லாம் சொல்றாரு. அரசாங்க சின்னத்தில் இருக்கறது ஸ்ரீவில்லிபுத்தூர் கோவில்னுதான் நானும் நினைச்சிகிட்டு இருந்தேன். ஆனா அது மதுரை மேற்கு கோபுரம்னு ஆச்சரியமான தகவலை சொல்லியிருக்காரே அதுக்கு ஃப்ரூப் இருக்கா?" என்று என்னைப் பார்த்துக் கேட்டார் ரஜினி. அதற்கான ஆதாரம் இருப்பதை நான் உறுதிபடுத்தியவுடன் வியந்து போனார். ஒரு மணிநேரம் பேச்சு நடந்தது. பிறகு எல்லோருடனும் போட்டோ எடுத்துக் கொண்டார் ரஜினி.

* * *

சின்னக் கலைவானர் விவேக்

சினிமாவில் என் நெருங்கிய நண்பர்களில் விவேக் அவர்கள் முக்கியமானவர்... நான் நடுச்சாமத்தில் போன் பண்ணினால் கூட எதையாவது ஒரு ஜோக் சொல்லி விட்டு "என்ன விஷயம் தேனி" என்பார். இது பத்திரிகையை மீறிய பாசம். திடீர்னு போன் பண்ணி "என்ன பேசி ரொம்ப நாளாச்சே" என்பார் "நேற்று முன்தினம் தானே பேசினோம்" என்று ஞாபகப்படுத்துவேன். அப்படி ஒரு ஃப்ரண்ட்ஷிப். நட்பு என்பதை விட அண்ணன், தம்பி, அப்பன், ஆத்தா, சீய்யான் இப்படி எதுவாக வேண்டுமானாலும் வைத்துக்கொள்ளலாம்.

நான் என் சொந்த வேலையாக தேனியில் இருந்தேன். விவேக்கிடமிருந்து எனக்கு போன். "என்ன கண்ணன் பேசி நாலு நாளா ஆயிடுச்சு. எங்க இருக்கீங்க, என்ன பண்றீங்க?" வரிசையாக கேள்வி கேட்டார். அந்த நேரத்தில் நான் ஒரு இக்கட்டான நிலையில் இருந்தேன். ஆனால் அதை அவரிடம் சொல்லாமல், "ஊர்ல இருக்கேன் வர இன்னும் நாலு நாள் ஆகும்" என்று மட்டும் சொன்னேன் "ஏன் இவ்வளவு நாள்" மறுபடியும் கேட்டார். அப்போது தான் உண்மையைச் சொன்னேன். "என் கூட படிச்ச ஒருத்தனுக்கு ஆபரேஷன் பண்ணனும். ஹாஸ்பிடல்ல சேர்த்து ஐந்து நாளைக்கு மேல ஆகுது. ஹாஸ்பிடல்ல சரியாவே கவனிக்க மாட்டேங்குறாங்க. பணம் வாங்குறதுலதான் கவனமா இருக்காங்க. பாவம் அவன் வசதியில்லாதவன். என்ன பண்றதுன்னு தெரியல. நான் அவன் கூடத்தான் இருக்கேன்" என்று பெருமூச்சுடன் சொல்லி வைத்தேன். "அப்படியா என்ன இப்படி ஆகிப்போச்சே... "என்று ஃபீல் பண்ணினார். அப்புறம் பொதுவாகப் பேசி போனை வைத்து விட்டோம்.

சில மணி நேரங்களுக்குப் பிறகு விவேக்கிடமிருந்து போன் வந்தது. "கண்ணன் எனக்கு ஒரு யோசனை தோணுது. நீங்க எந்த

ஹாஸ்பிடல்ல இருக்கீங்க டாக்டர் யார்னு சொல்லமுடியுமா" என்றார். "சார் ஹாஸ்பிடல்ல சரியான கவனிப்பு இல்ல. கேட்டாலும் சரியான பதில் இல்ல. வேற ஹாஸ்பிடல் போகவும் வசதியில்லாமல் அவங்க ஃபேமிலி கஷ்டப்படுறாங்க. இன்னிக்கு நைட்டுக்குள்ள எதாவது பண்ணியாகனும் கொஞ்சம் பதட்டமா இருக்கு" "அதான் கண்ணன் நான் சொல்றபடி பண்ணுங்க" என்று அந்த யோசனையை சொன்னார்.

இரவு 12 மணி பெரியகுளத்தில் இருக்கும் இதய நோய் அறுவை சிகிச்சை மருத்துவரின் செல் போன் அலறுகிறது. தூக்கக் கலக்கத்தோடு போனை எடுக்கிறார் டாக்டர். "ஹலோ டாக்டர் சாரா" ஆமாம் நீங்க யாரு இந்த நேரத்துல?" வணக்கம் டாக்டர். ஸாரி நான் நடிகர் விவேக் பேசுறேன்" "எந்த விவேக்" டாக்டர் மறுபடியும் கேட்கிறார். "நடிகர் விவேக் சார்" டாக்டர் நம்ப முடியாமல் "இந்த விளையாட்டெல்லாம் வேண்டாம் நீங்க யார் உங்களுக்கு என்ன வேணும்" அந்த அர்த்த ராத்திரியில் அவரை நம்ப வைக்க "நீங்க வெறும் தாஸா லாடு லபக்கு தாஸா" காமெடியை அப்படியே போனில் பேசி காட்டுகிறார் விவேக். அதோடு நிற்காமல், "இன்னைக்கு உங்க ஹாஸ்பிடல்ல மூணாவது வார்டுல செந்தில்னு ஒரு பேஷண்ட் ஆபரேஷனுக்காக அட்மிட் ஆயிருக்காங்களா" என்று கேட்கவும் டாக்டருக்கு சந்தோஷம் பிடிபடவில்லை.

படுக்கையை விட்டு எழுந்தவர், "சார் என்னால நம்பவே முடியல சார்..." என்றவர் டிவியை போடுகிறார். "சார் ஆதித்யாவில் கூட உங்க காமெடிதான் சார் போகுது" டாக்டர் போட்ட சந்தோஷ கூச்சலில் வீடே எழுந்து நிற்க, "சார் என் மனைவிகிட்ட பேசுங்க சார்..." என்று ஆரம்பித்து வீட்டில் உள்ள அத்தனை பேரிடமும் பேசிவிட்டு "எனக்கு ஒரு உதவி செய்யணும். அந்த செந்தில் என்னோட உறவினர் நீங்க கொஞ்சம் நல்லபடியா பார்த்துக்கிட்டால் போதும். கிரிட்டிக்கலான நேரத்தில் பணம் தேவைப்பட்டால் நீங்களே எனக்கு போன் பண்ணலாம். என் ஃப்ரண்ட் தேனி கண்ணன் அங்க இருக்கார் அவர்கிட்டயும் சொல்லிடுங்க" என்று சொன்னதும் டாக்டர் "என்ன சார் உங்களுக்காக இதைகூட செய்ய மாட்டேனா... எல்லாத்தையும் நல்லபடியா முடிச்சிட்டு நானே உங்களுக்கு பேசறேன் சார்" என்று போனை வைத்தார். அந்த நிமிடமே பெரியகுளத்திலிருந்து தேனிக்கு காரை கிளப்பிக் கொண்டு வந்து, எனக்கு போன் அடித்தார்.

அவ்வளவுதான் அந்த நிமிடத்திலிருந்து என் நண்பன் செந்தில் அந்த ஹாஸ்பிடலின் வி. வி. ஐ. பி பேஷண்டாகிப் போனான். ஸ்பெஷல் வார்டுக்கு மாற்றப்பட்டு எப்போதும் ஒரு நர்ஸ் கண்காணிப்பில் அவனை வைத்திருந்தார்கள். ஒரு வழியாக ஆபரேஷன் முடிந்து நண்பன் நலமாக வெளியே வந்து விட்டான். நானும் சென்னைக்கு கிளம்பி விட்டேன்...

ஆனால் வரும் போது வெறுமையான சிந்தனை பிடித்து ஆட்டியது. எதற்காக ஒரு நடிகர் இத்தனை மெனக்கெட வேண்டும். அதுவும் முகம் தெரியாத ஒரு ஆளுக்கு ஏன் உதவி பண்ண வேண்டும். அந்த துன்பத்தை பக்கத்தில் இருந்து பார்ப்பது போல் எப்படி பார்க்க முடியும்... முடியும் அதுதான் நட்பு. என் நண்பனின் குடும்பம் என்னை கட்டித் தழுவி அழுத ஆனந்த கண்ணீரில் நான் ரொம்பவும் உடைந்து போயிருந்தேன். அந்த உதவிக்கு நான் பொறுப்பல்ல. ஆனாலும் ஏற்றுக்கொண்டேன். சென்னை திரும்பியதும் விவேக் சாரை சந்தித்தால் அழுது விடுவேனோ என்று நான்கு நாட்கள் அவரை பார்க்கவே இல்லை. பிறகு ஒரு நாள் சந்தித்து உணர்வுகளை பகிர்ந்து கொண்டேன்.

தீவிர ஷீரடி சாய்பாபா பக்தரான விவேக் நாங்கள் சந்தித்து பேசிக்கொண்டிருக்கும் போதெல்லாம் பாபாவின் மகிமைகளை பற்றிச் சொல்லி என்னையும் பாபா பக்தராக்கினார். விவேக் சார், செல் முருகன் நான் மூவரும் பேச உட்கார்ந்தால் ராஜா சாரை பற்றிய பேச்சாகத்தான் இருக்கும். முருகன் பாட்டு வெறியன் என்றே சொல்ல வேண்டும். 'செந்தூரப்பூவே... செந்தூரப்பூவே ஜில் என்ற காற்றே' பாடலில் முன்னால் வரும் கிடார் இசையும், கூடவே எங்கிருந்தோ வந்து இணையும் புல்லாங்குழல் ஓசையை பற்றியும் மட்டுமே அணு அணுவாக ரசித்து பேசிக் கொண்டிருப்போம். விவேக் சாருக்கு கீபோர்டு, பியானோ வாசிக்கத்தெரியும். சில சமயங்களில் அதையும் வாசித்து காண்பிப்பார். பேசிக்கொண்டிருக்கும்போதே செல் முருகன் அடிக்கும் கமெண்டில் சிரித்து அடி வயிறு வலிக்கும். மனுஷன் பத்து நிமிஷம் ஒருத்தரிடம் பேசிக் கொண்டிருந்தால் போதும் மறுநாள் அவரை அப்படியே ஜெராக்ஸ் எடுத்தது போல பேசிக் காண்பிப்பார் முருகன்.

சிரிப்பு சத்தத்தில் ஏரியா அதிரும். இப்படித்தான் ஒருநாள் சிரித்துக் கொண்டிருந்த போது, பத்திரிகை நண்பரிடமிருந்து எனக்கு போன் வந்தது... "சார் ஒரு அவசர வேலை" என்று உடனே நான் அங்கிருந்து கிளம்பினேன். நான் போய் நின்ற

இடம் விஜயா ஹாஸ்பிடல். நண்பர் ராதாராஜ் மிகவும் சீரியஸான நிலையில் சேர்க்கப்பட்டிருந்தார். பத்திரிகையாளர்கள் அத்தனை பேரும் கவலையோடு அங்கு கூடியிருந்தார்கள்.

ராதாராஜின் மனைவியும் இரண்டு பெண் குழந்தைகளும் அழுது கொண்டிருந்ததைப் பார்த்தபோது நெஞ்சம் கனத்துப் போனது. டாக்டரின் பதிலுக்காக காத்திருந்த நாங்கள் எல்லோரும் அடுத்து என்ன செய்வதென தெரியாமல் கையை பிசைந்துகொண்டிருந்தோம். காரணம் ஒரு பெரிய தொகை ஹாஸ்பிடலுக்கு செலுத்த வேண்டியிருந்தது. ஆளுக்கொரு யோசனை தெரிவித்தார்கள். அப்போது தான் அங்கிருந்த நண்பர் என்னிடம், "தேனி, விவேக் சாரிடம் கேட்டுப் பாருங்களேன்" என்றார். ஆனால் அந்த சமயத்தில் பத்திரிகையாளர்களுக்கும், விவேக்கிற்கும் பனிப்போர் நடந்து கொண்டிருந்தது. அதனால் எனக்கு எப்படி அவரிடம் கேட்பது என்று தயக்கம். "இந்த நேரத்தில் உதவி கேட்டால் அவர் எப்படி எடுத்துக் கொள்வாரோ" என்று கூறினேன். "இது முக்கியமான விஷயம் எதற்கும் கேட்டுப் பாருங்கள்" என்று சொல்லவும் நீண்ட நேரம் தயக்கமாகவே இருந்தது.

ஆனால் மருத்துவமனை வெளியே கதறி அழும் பெண் குழந்தைகளை பார்த்தால் பகீர் என்றிருந்தது. கேட்டுப் பார்த்துவிடலாமென்று போனில் விவேக் சாருக்கு தகவல் சொன்னேன். "அப்படியா" என்று பரிதாபத்தோடு கேட்டுக்கொண்டிருந்த போதே, பெரிய அலறல் சப்தம் கேட்டது. பாசத்திற்குரிய நண்பர் ராதாராஜ் சிகிச்சை பலனின்றி இறந்த தகவல் வந்திருந்தது. இன்னும் சில பத்திரிகை நண்பர்களின் உதவியோடு ராதாராஜின் இறுதி காரியங்களை செய்து முடித்தோம். இடையில் விவேக் சார் இரண்டு முறை போன் பண்ணியிருந்தார். மிஸ்டு காலில் பார்த்து நானே பேசினேன். "கண்ணன் கேள்வி பட்டேன் இவ்வளவு சீரியஸாவா இருந்தார். ஏன் முன்னாடியே சொல்லலை" என்று கடிந்துகொண்டார். நான் அதற்கு பிறகு உதவி பற்றி பேசவில்லை.

ராதாராஜின் இரங்கல் கூட்டத்திற்கு விவேக் வருவதாக என்னிடம் சொல்லியிருந்தார். அதன்படியே வந்திருந்தார். கனத்த மனதோடு ரூபாய் இரண்டு லட்சத்தை ராதாராஜின் குடும்பத்திற்கு கொடுத்தார். அவரைபோல மனிதாபிமானத்தோடு பலரும் உதவிகளை செய்திருந்தாலும் தொகையில் விவேக் கொடுத்ததுதான் அதிகம்.

இசைஞானி இளையராஜா அவர்கள் எழுதிய வெண்பா இந்த நேரத்தில் நினைவுக்கு வருகிறது. அதாவது ஒரு உதவியை செய்யும் போது அதற்கான பிரதிபலனை எதிர்பார்க்காமல் செய்யப்படும் உதவிதான் இறைவன் திருவடியை போய் சேரும். உதவி செய்தவருக்கும் இறைவனின் பலம் கிடைக்கும். இதை வெண்பா வடிவில்

"பலன்கருதிச் செய்கா்மம் எப்பலத்தால் நிற்கும்?
பலன்கருதாக் கா்மமதான் தற்பலத்தால் நிற்கும்
பலனொன்றும் வேண்டாது பாப்பலவே செய்தேன்
பலனென்றன் சிற்றம் பலம்"

என்று குறிப்பிட்டிருப்பார் அதே போல சில நாட்களில் விவேக் அவர்களுக்கு இந்தியாவின் உயர்ந்த விருதான பத்மஸ்ரீ விருது அறிவிக்கப்பட்டது. இப்போதும் எப்போதும் நட்புக்கு மரியாதை கொடுப்பதில் விவேக் க்ரேட்.

* * *

தலைவரின் தரிசனமும் தலயின் கரிசனமும்

சென்னையிலிருந்து விமானம் மேலெழும்பத் தொடங்கியது. என் மனது மட்டும் இசைஞானியின் பக்கத்திலேயே இருந்தது. முதல் வெளிநாட்டுப்பயணம். முதல் விமானப் பயணம் இதில் எந்தவித மகிழ்ச்சியும் இல்லை. காரணம் இசைஞானியின் உடல்நிலை. “நானும் மலேசியாவுக்குப் போறேன் ஐயா” என்று நான் சொன்னதும் சிறு புன்னகையோடு “எனக்கும் அந்த நிகழ்ச்சிக்கும் சம்பந்தமில்லைய்யா” என்றார் ராஜா சார். ஆனால் பிறகு கார்த்திக் ராஜாவிடம் என்னைப் பற்றி சொல்லியிருக்கிறார். எனக்கும் சேர்த்து டிக்கெட் போட்டுவிட்டு கார்த்திக்ராஜா எனக்கு தகவல் சொன்னார்.

சென்னை விமான நிலையத்தில் சுங்கச்சோதனைக்காக நானும் என்னுடன் தபேலா கலைஞர் மாதவ், செனாய் கலைஞர் ராஜா, கார்த்திக்கின் நண்பர் விஜய், ப்ராங்கோ என்று நண்பர்களும் நின்றிருந்தோம். இசைஞானி இல்லாத அவரது பாடல்களின் கச்சேரி நடப்பது பெரிய மன வேதனையளித்தாலும் முதன் முதலில் கார்த்திக் ராஜா இசை நிகழ்ச்சி நடத்தப்போகிறார் என்ற மகிழ்ச்சி வேதனைக்கு மருந்தாக அமைந்தது.

இந்த நேரத்தில்தான் சுங்கச்சோதனை வரிசையில் எங்களுக்குப் பின்னால் வந்து நின்றார் அஜித். அவருடன் ஷாலினி, மகள், ஷாம்லி, ரிச்சர்ட் என்று குடும்ப சகிதமாக வந்திருந்தார். விமானப் பயணிகள் எல்லோரும் அவருடன் போட்டோ எடுத்துக்கொள்ள ஆர்வப்பட்டனர். அவர்களையெல்லாம் “இமிக்ரேஷன் முடிஞ்சப்பிறகு எடுத்துக்கலாம். அவங்களுக்கு தொந்தரவு கொடுக்கக்கூடாது” என்று அவர்களை அன்பாய் அடக்கினார். இதைப்பார்த்த இமிக்ரேஷன் அதிகாரிகள் பாதுகாப்பிற்காக போடப்பட்ட தடுப்பை விலக்கி அஜித்தை உள்ளே வரும்படி அழைத்தனர். ஆனால் அவர்கள் விலக்கிய அந்த தடுப்பை தானே எடுத்து பழையபடி வைத்துவிட்டு “நான்

வரிசையிலேயே வருகிறேன்” என்று அவர்களிடம் சொல்லி விட்டு அமைதியாக நின்றார். இமிக்ரேஷன் முடிந்ததும் அவரை சூழ்ந்து கொண்டனர் ரசிகர்கள்.

ஒவ்வொருவருக்கும் தனித்தனியே நின்று பொறுமையாக போஸ் கொடுத்துக்கொண்டிருந்தார். அந்த கூட்டத்தில் நான் போய் பேச தயக்கமாக இருந்தது. ஆனால் அஜித் என்னை கவனித்து விட்டார். ரசிகர்களை சமாளித்துக்கொண்டே என்னைப் பார்த்து தலையசைத்தார் தல. நான் பக்கத்தில் வரவும் பரிவுடன் என் தோளில் கை போட்டு தனி இடத்துக்கு அழைத்துச்சென்றார். “வீட்ல எல்லாரும் நல்லாயிருக்காங்களா, உங்க பையன் என்ன படிக்கிறான். ஸ்கூல் எப்போ தொடங்குது. நல்லா படிக்க வையுங்க. உங்க மனைவிகிட்ட நான் விசாரிச்சதா சொல்லுங்க” என்று அக்கறையோடு பேசினார். நான் உடனே என் மனைவிக்கு போன் போட்டு கொடுக்க, “என்னம்மா நல்லாருக்கீங்களா நான் ஊருக்கு வந்ததும் கண்ணனோட வீட்டுக்கு வந்து பாருங்கம்மா” என்றார். மறுமுனையில் என் மனைவி பேசியதற்கு சிரித்துக்கொண்டே பதிலளித்தார். பிறகு அவருக்கான விமானம் புறப்படத்தயாரானதும் என்னிடம் விடை பெற்றுக்கிளம்பினார்.

பொதுவாக பத்திரிகையிலிருந்து விலகிய பிறகு அந்த நிருபரை யாரும் கண்டுகொள்ள மாட்டார்கள். ஆனால் நம்பர் ஒன் ஹீரோவான அஜித் இதற்கு மாறுபாடானவர். என்னை மட்டுமல்ல. என் போன்றவர்களை மறக்க மாட்டார். என்னோடு பணியாற்றிய சினிமா நிருபர் மரியாதைக்குரிய சந்துரு திடீரென இறந்து விட்டார். அவருடைய திரையுலக அனுபவத்திற்கு அவர் இறந்ததற்கு கோடம்பாக்கமே திரண்டு வந்திருக்க வேண்டும். ஆனால் அவர் உடல் இருந்த சவப்பெட்டியை ஒரு முனையை நான் சுமந்திருந்தேன். மறுமுனையை அஜித் சுமந்து கொண்டு வந்தார். அந்த துக்க நிகழ்ச்சிக்கு வந்தவரை பார்ப்பதற்கு கோஷமிட்டபடி வாலிபர்கள் சிலர் வர, அவர்களை தானே போய் கண்டித்து அங்கிருந்து போகும்படி எச்சரித்தார். இப்படி தன்னைச்சுற்றி இருப்பவர்களின் மீது பெரும் கரிசனத்தோடு இருக்கும் பண்பை அஜித்திடமிருந்து மற்ற ஹீரோக்கள் கற்றுக்கொள்ளவேண்டும். பிறகு சந்துரு குடும்பத்திற்கு அஜித் தரப்பிலிருந்து உதவி செய்ததாக அறிந்து மகிழ்ந்தேன்.

அப்போது ஒரு பிரபல இயக்குனர் என்னிடம் கேட்டார், “ஏன் கண்ணன் உங்களுக்கென்று ஒரு அமைப்பு இல்லையா எல்லோரையும் விமர்சிக்கும் உங்கள் நிலைமை கடைசியில்

பரிதாபமாக இருக்கே. உங்களுக்குள் ஒற்றுமை இல்லாமல் இருக்கே" என்றார். "எங்களுக்குள் ஒற்றுமை மன ரீதியாக மட்டுமல்ல குடும்ப ரீதியாகவும் இருக்கிறது. ஆனால் நாங்கள் ஒன்று சேர்ந்து ஒரே அமைப்பாக, வலிமையான சங்கமாக செயல்பட்டு விடக்கூடாது என்பதில் சிலர்' தீவிரமாக இருக்கிறார்கள்... இப்போது இருக்கும் சங்கத்தையும் செயல்படாமல் இருக்க எல்லா ஏற்பாடுகளையும் அவர்கள் செய்துகொண்டுள்ளார்கள்" என்று அப்போது சொல்லி வைத்தேன். அது இப்போதுவரைக்கும் உண்மையாகியிருக்கிறது.

நாங்கள் பயணித்த ஏர் இந்தியா விமானம் இரவு ஒரு மணிக்கு மலேசியாவில் தரையிறங்கியது. விமானத்தில் அமர்ந்திருந்த அந்த மூன்றரை மணி நேரமும் பெரும் அவஸ்தையாக இருந்தது. பக்கத்தில் இருந்த ப்ராங்கோ அவரது ஐ–பேடில் இளையராஜாவின் பாடல்களை போட்டு விட்டு ஹெட் போனை காதில் மாட்டி விட்டார். கோழிக்கூவுது படத்தில் 'ஏதோ மோகம் ஏதோ தாகம்' பாடல் ஒலித்தது. மனது இன்னும் அதிகமாய் வலித்தது.

மலேசியாவில் இறங்கியதும் 'கிங் ஆஃப் கிங்' இசை நிகழ்ச்சியின் ஏற்பாட்டாளர்கள் மினி பஸ் ஒன்றில் எங்களை அழைத்துப்போக வந்திருந்தனர். வரும் வழியெங்கிலும் ஆள் அரவமற்ற சாலைகள். படு சுத்தமாக படுத்துகிடந்தன. ஒரு இடத்தில் சிக்னல் சிகப்பு நிறத்தை காண்பிக்க யாருமில்லாத சாலையில் ஒரு கார் மட்டும் பச்சை நிறத்திற்காக காத்திருந்தது. இப்படியொரு ஒழுக்கமா ஆச்சரியமாகத்தான் இருந்தது. ஆனால் விஷயம் என்ன தெரியுமா. சாலை விதியை மீறும் வாகனத்தை கண்காணிப்பு கேமரா பதிவு செய்துவிடும். பிறகு வாகன உரிமையாளரின் வீட்டுக்கு நோட்டீஸ் போகுமாம். விதி மீறிய வாகனத்தின் விலையில் குறிப்பிட்ட தொகையைக் கட்டவேண்டி வருமாம். இப்படி வேட்டு வைத்தால் யார்தான் விதி மீறுவார்கள். ஒருமணி நேர பயணத்தில் அந்த ஐந்து நட்சத்திர ஹோட்டலை அடைந்தோம். 'சன் வே புத்ரா' என்று உச்சியில் மின்னியது. ஹோட்டலின் ரிசப்ஷனே ஒன்பதாவது மாடியில் இருந்தது. அறையில் உடைமைகளை வைத்து விட்டு நாங்கள் செய்த முதல் காரியம் சுவையான சாப்பாடு எங்கு கிடைக்கும் என்று விசாரித்ததுதான். ஹோட்டலுக்கு வெளியே சாலையை கடந்தவுடன் நாகாஸ் என்ற ரெஸ்டாரெண்ட் இருந்தது. சுடச்சுட மீன் குழம்பும் தோசையும் ஆர்டர் செய்து சாப்பிட்டோம். இங்குள்ள வஞ்சிரம் மீனுக்கு அங்கே டிங்கிடி என்று பெயர். நல்ல டேஸ்டில் தயார் செய்திருந்தனர். எங்களை பார்த்ததுமே "இளையராஜா கச்சேரிக்காக வந்திருக்கீங்களா"

தேனி கண்ணன் ● 87

என்று கேட்டார்கள் அங்கிருந்த தமிழர்கள். அந்தளவிற்கு நிகழ்ச்சி நடக்கப்போவது ஒரு அதிர்வை ஏற்படுத்தியிருந்தது.

அறைக்கு திரும்பினோம். மணி இரவு இரண்டரை. கொஞ்ச நேரம் டி. வி பார்க்கலாம் என்று போட்டால் மலாய் மொழியில் ஒரு ஆணும், பெண்ணும் திரிசூலம் காட்சி மாதிரி போனில் அழுதுகொண்டிருந்தனர். சோதனைடா சாமி என்று டி. வியை ஆஃப் பண்ணினேன். காலையில் எழுந்ததும் நண்பர் ஹரி என்னை பத்துமலை முருகன் கோவிலுக்கு அழைத்துச்சென்றார். பெருங் குகைக்குள் கற்கள், விழுதுகள் போல தொங்கிக்கொண்டு பயமுறுத்த 260 படிகள் கொண்ட செங்குத்து பாதையில் ஏறினோம். அப்படியொரு கூட்டம். பரவசமான நிலையில் வணங்கிச்சென்றது... தைப்பூசம் நாளில் மட்டும் 10 லட்சம் பக்தர்களுக்கு மேல் கூடி மலையேறி முருகனை தரிசிப்பார்கள். இந்த மன நிலையில்தான் அன்று இசைஞானியின் கச்சேரிக்கும் ரசிகர்கள் குவிந்திருந்தனர்.

'ஸ்டேடியம் மட்ரேக்கா' என்ற மலேசியாவின் பாரம்பரிய மைதானத்தில் பதினைந்தாயிரம் ரசிகர்கள் கூடினர். அன்று விடுமுறை தினமென்பதால் பல்வேறு பகுதிகளிலுமிருந்து வந்திருந்தனர். மலேயா சுதந்திரம் பெற்றபோது அதற்கான விழா இந்த திறந்தவெளி மைதானத்தில்தான் நடந்ததாம். அந்த பாரம்பரிய மரியாதை இப்போது இந்த மைதானத்துக்கு உண்டு. மைக்கேல் ஜாக்ஸன் கச்சேரியும் இங்குதான் நடந்திருக்கிறது. என்ன பெரிய வியப்பு என்றால் பதினைந்தாயிரம் பேர் குழுமியிருந்த இடத்தில் கூச்சலோ, சப்தமோ இல்லை. ஒரு பிரார்த்தனை கூடத்தின் அமைதி அங்கிருந்தது. இசைஞானியின் உடல்நிலை பற்றி அவர்களுக்கு தெரிந்திருந்தாலும் கூட அவர் வந்துவிட மாட்டாரா என்ற எதிர்பார்ப்பும், கவலையும் எல்லோர் முகத்திலும் பரவியிருந்தது. அமைதிக்கு இதுவும் ஒரு காரணமாக இருக்கலாம்.

முதல் நாள் காலையிலிருந்தே வாத்யக்குழுவினருடன் ஒத்திகையில் ஈடுபட்டிருந்தார் கார்த்திக் திறந்த வெளி அரங்கில் பாடல்கள் எல்லாருக்கும் சரியாக கேட்க வேண்டும் என்று ரொம்பவே மெனக்கெட்டார். இந்த நேரத்தில் ஒரு சீனியர் டெக்னீசியனைப் பற்றி நான் சொல்ல வேண்டும். கருப்பு வெள்ளை சினிமா காலத்தில் ஜி. ஆர். நாதன் என்ற ஒளிப்பதிவாளர் இருந்தார். ஷூட்டிங் ஸ்பாட்டில் ஒளிப்பதிவை பார்க்க இன்றைக்கு எத்தனையோ கருவிகள் வந்துவிட்டன். ஆனால் ஜி. ஆர். நாதனுக்கு விரல் நகம் போதுமாம். விரல் நகத்தில்

இருக்கும் இளஞ்சிகப்பு நிறம்தான் ஒரு நெகட்டிவில் இருக்கும்... அதனால் இந்த பழக்கத்தை அவர் அனுபவத்தில் பெற்று அதில் வெற்றியும் அடைந்திருக்கிறார். இவரைப் போல் கார்த்திக் ராஜாவும் ஒலி அமைப்பதில் பெரிய வித்தகம் பெற்றிருந்தார். அன்று காலையிலிருந்து மைதானத்தின் பல இடங்களுக்கும் சென்று பாடலை வாசிக்கச் சொல்லி பரிசோதனை செய்து கொண்டார். எந்த மூலையில் ரசிகர்கள் அமர்ந்து கேட்டாலும் அவர்களுக்கு பாடல் தெளிவாக கேட்க வேண்டும் என்பதில் பெரும் அக்கறை எடுத்துக்கொண்டார்.

சரியாக 8 மணிக்கு கச்சேரி ஆரம்பித்தது. இசைக்கலைஞர்கள் அவரவர் இடத்தில் அமர, எந்த வித அறிவிப்பும் இல்லாமல் கார்த்திக் "டாடிஞ்கேட்குதா டாடி..." என்று சொன்னதும் மேடையின் பின்புறமிருந்த பிரமாண்டமான திரையில் ராஜா சார் தோன்ற, அப்படியொரு ஆரவாரம், கரகோஷம் என்று அந்தப் பகுதியே அதிர்ந்தது. தி. நகர் வீட்டிலிருந்து வீடியோ கான்ப்ரன்ஸிங் மூலமாக ராஜா சார் பேசத்தொடங்கினார். "உங்கள் எல்லோருக்கும் வணக்கம். நான் உங்களை சந்திக்க வருவதற்கு எவ்வளவோ முயற்சி செய்தேன். நான் வரவில்லை என்ற வருத்தம் வேண்டாம். இப்பவும் நான் என் பாடல்கள் மூலமாக உங்கள் பக்கத்தில் தான் இருக்கப்போகிறேன். எப்போதும் இருப்பேன்," என்று 'ஜனனி ஜனனி ஜகம் நீ அகம் நீ' என்று பாடி நிகழ்ச்சியை துவக்கி வைத்தார். தளர்ந்த குரலில் அவர் பாடுவதை பார்த்த கூட்டம் உணர்ச்சி வசப்பட்டு கைதட்ட, ஒரு பக்கம் "தலைவரே... தலைவரே..." என்று கூட்டம் ஆர்ப்பரித்தது. அந்த நேர உணர்வுகளை வார்த்தைகளில் வடிக்க முடியாது. நானும் ஒரு ரசிகராக இருந்தும் கூட மலேசிய மக்கள் இசைஞானியின் மேல் வைத்திருக்கும் பாசத்திற்கு முன் என் ரசிகத்தன்மையெல்லாம் ஒன்றுமில்லை என்றே தோன்றியது.

ராஜா சார் பாடி முடித்ததும் எஸ்.பி.பாலசுப்பரமணியம் அவரிடம் கேள்வி கேட்க ஆரம்பித்தார். "ராஜா நீ வரலைன்னதும் எவ்ளோ பேர் டிக்கெட்டை வாபஸ் வாங்கிட்டாங்க தெரியுமா" என்றார்.

உடனே ராஜா சார், "அவங்கல்லாம் நெட்ல என் பாட்டை டவுன் லோட் செய்து கேட்டாங்களே அப்ப எனக்கு எதாவது கொடுத்தாங்களா என்ன" என்றார். உடனே, கார்த்திக் ராஜா, "டாடி உலகத்தில் உயர்ந்த விஷயங்கள் எல்லாமே இலவசமாகத்தான் கிடைக்கும் அம்மாவின் பாசம், கருணை இப்படி எல்லாமே

இலவசம்தானே டாடி" என்று சொல்லவும் இதை எதிர்பார்க்காத ராஜா சார் சட்டென்று சிரித்து விட்டார். கச்சேரி துவங்கியது. கார்த்திக் பேச ஆரம்பித்ததும் கண் கலங்கி விட்டார்.

"அப்பா சினிமாவில் முப்பது வருடங்கள் செய்த சாதனையை யாரும் மிஞ்ச முடியாது. அந்த இடத்தை நிரப்ப யாராலும் முடியாது. இதை அவருடைய மகனாக சொல்லவில்லை ஒரு ரசிகனாக சொல்றேன். அவருடைய ரசிகனா அவருக்கு ஆஞ்சியோ செய்யும்போது பக்கத்தில் இருந்து பார்த்தேன். இந்த நிலைமை யாருக்கும் வரக்கூடாது" என்று சொல்லிகொண்டிருக்கும்போதே குரல் உடைந்து அழுதே விட்டார். சிறிது நேர மௌனத்திற்குப் பிறகு கச்சேரியை ஆரம்பித்தார்.

பவதாரிணி ஜனனி ஜனனி பாடலை முழுதுமாக பாடி முடித்தார்.

'நான் கடவுள்' படத்திலிருந்து ஓம் சிவ ஓம் பாடல் மிரட்டலான ஒலி பலத்துடன் ஓங்கி ஒலித்தது. எஸ்.பி.பி 'தோளின் மேலே பாரம் இல்லே கேள்வி கேட்க யாரும் இல்லை' என்ற பாடலை "கேள்வி கேட்க ராஜா இல்லே" என்று பாடி குறும்பு செய்ய, அடுத்து வீடியோ கான்ப்ரன்ஸிங்கில் ராஜா சார் பேசும் போது "பாலு கேள்வி கேட்க ராஜா இல்லேன்னு என்ன வேணாலும் பாடாத நான் இங்க உட்கார்ந்து எல்லோரையும் பார்த்துகிட்டுதான் இருக்கேன். நான் இல்லாத அந்த மேடையில் என் பாடலை வாசிக்கப் போற இசைக்கலைஞர்கள் இப்பதான் உண்மையாகவே என்னைப் புரிந்து கொண்டு வாசிக்கப் போறாங்க" என்று சொன்னார். மேடையில் இருந்த கலைஞர்கள் நெகிழ்ந்து உணர்வுவயப்பட்டார்கள்.

சித்ரா, மனோ, ஹரிச்சரண் என்று அத்தனை பேரும் அசத்தலாக பாடினார்கள். அப்பா இல்லாத குறையை கார்த்திக் ராஜா போக்கினார். அதிலும் திறந்த வெளி அரங்கில் ஒலி அமைப்புகள் சரியாக கேட்க வேண்டுமென்பதற்காக கார்த்திக் செய்த டெக்னிகல் மாயஜாலம். ரசிகர்களை இருக்கையில் கட்டிப்போட்டது. மனோ வழக்கம் போல் பாடலுக்கு இடையில் காமெடியும் பண்ணி அசத்தினார். அதுவும் எஸ். ஜானகி மாதிரி அவர் பேசி காட்டியது அத்தனை பேரின் அடி வயிற்றையும் பதம் பார்த்தது. அவர் 'இதயத்தை திருடாதே படத்தின் பாடலான ஓ பிரியா ப்ரியா...' என்று பாடத்தொடங்கியதும் வயலின் பக்கமிருந்து அம்மன் கோவில் கிழக்காலே படத்தின் பாடலான

'சின்ன மணிக்குயிலே' படலின் இசையை வாசித்து மனோவை கலாய்க்க கூட்டம் சிரிப்பில் ஆழ்ந்தது.

மலேசியா வாசுதேவனின் மகன் யுகேந்திரன் அப்பாவின் நினைவாக முரட்டுக்காளை படத்திலிருந்து 'பொதுவாக எம்மனசு தங்கம்' பாடலை பயங்கர கைத்தட்டலுக்கு இடையே பாடினார்.

சரியாக நள்ளிரவு ஒரு மணிக்கு நிகழ்ச்சி முடியும் தருவாயிலும் இன்னும் பாடுங்கள் என்று கூட்டம் ஏங்கிக்கேட்டது, கார்த்திக் ராஜாவோ திக்கு முக்காடிப்போனார். "போலீஸ் இவ்வளவுதான் அனுமதிச்சிருக்காங்க" பணிவுடன் கேட்டுக்கொண்டதன் பிறகுதான் பதினைந்தாயிரம் பேரும் மைதானத்தை விட்டு எழுந்தனர். அப்போதும் அப்படியொரு அமைதி. இல்லை எல்லோர் மனதிலும் நிம்மதி. அது இசைஞானி கொடுத்தது.

* * *

ஷங்கருக்கு கை கொடுத்த ரஜினி

ஷங்கரின் இயக்கத்தில் 'ஐ' படம் எப்போது முடியும் என்ற ஆவல், உலகம் முழுதும் பரவிக்கிடந்தது மறுக்க முடியாதது. காரணம் ஷங்கரின் அசாத்திய உழைப்பு. படமும் ஒரு வழியாக முடிந்து பாடல் வெளியீட்டு விழாவும் நடந்தது. விழாவிற்கு ஹாலிவுட் சூப்பர் ஸ்டார் அர்னால்ட் ஸ்வாஷ்நேஹர், சூப்பர் ஸ்டார் ரஜினிகாந்த் இருவரும் கலந்துகொள்வார்கள் என்று அறிவிக்கப்பட்டது ஏகப்பட்ட எதிர்பார்ப்போடு ரசிகர்கள் குவிந்து விட்டனர்.

நிகழ்ச்சி ஐந்தரை மணிக்கே துவங்கிவிடும், அதனால் ரசிகர்கள் ஐந்து மணிக்கே அரங்கில் இருக்க வேண்டும் என்றதால் நான்கு மணியிலிருந்தே கூட்டம் கூரையை பிய்த்தபடி இருந்தது.

காதைக் கிழிக்கும் இசை மட்டுமே ஒலித்துக்கொண்டிருந்தது. நேரம் ஓடிக்கொண்டே இருக்க, பார்வையாளர்கள் மத்தியில் விசில் சப்தமும் அதிர்ந்தன. ஆனால் நிகழ்ச்சி ஆரம்பிப்பதற்கான எந்த அறிகுறியும் தெரியவில்லை. மேடைக்கான படிகளை அப்போதுதான் அடித்துக் கொண்டிருந்தனர். வி.ஐ.பிக்கள் ஒவ்வொருவராக வந்து அமர்ந்துகொண்டிருந்தனர். நேரம் போய்க்கொண்டே இருந்தது. ரஜினியும், அர்னால்டும் அரங்கில் நுழையும்போது மணி ஏழரையை நெருங்கியிருந்தது. ஆனால் அப்போதும் மேடை தயாராகவில்லை. இதற்கிடையில் நிகழ்ச்சித் தொகுப்பாளர்கள் என்ற பெயரில் சின்மயி அசால்ட் பாபி சிம்ஹா இருவரும் ஆடியன்ஸை அறுத்து எடுத்தனர். நீண்ட நேரம் அமர்ந்திருந்த கடுப்பும், களைப்பும் முகத்தில் தெரிய அமர்ந்திருந்த ரஜினியிடம் சின்மயி "தலைவா விக்ரம் பற்றி சொல்லுங்க" என்று மைக்கை நீட்ட "என்னை பேசக்கூப்பிடுவீங்கல்ல அப்போ பேசுறேன்" என்று பட்டென்று சொல்லி விட்டார் ரஜினி.

இது போதாதென்று பாடல்களை மேடையில் பாடிய போது கிட்டத்தட்ட ஆடியன்ஸ் கொட்டாவி விட ஆரம்பித்தனர். ஒரு ரசிகர் எழுந்து, "ஏன்ம்பா ஒரு இண்டர்நேஷனல் ஆக்டரை

வச்சிக்கிட்டு என்னனப்பா கூத்தடிக்கிறீங்க" என்று நம் காதுபடவே கத்தி தீர்த்தார். பாவம் அது ஷங்கருக்கு கேட்டிருக்க வாய்ப்பில்லை.

மேடைக்கு இப்போது சீயான் விக்ரம் வருவார் என்று சின்மயி அறிவிக்க அவர் வரவில்லை ஏதோ குழப்பம் என்று பத்து நிமிடங்கள் கழித்து "ஸாரி அவர் அப்புறம் வருவார்" என்றுசொல்லி அனிருத்தை பாட அழைத்தார்கள். அவர் மேடையிலிருந்த ஒரு வித்தியாசமான செட்டின் அருகிலிருந்து பாடியபடியே இறங்கி வந்தார். ஆனால் பாடலும், இசையும் யாரையும் ஈர்த்ததாகத் தெரியவில்லை.

அதன் பிறகு மேடையில் ஒரு கூண்டு செட்டை நிறுவ ஆணி அடிக்கும் பணி நடந்தது அதற்கு பதினைந்து நிமிடங்கள் ஆனது. பிறகு பாடல் ஒலிக்க அசுர வடிவில் இருந்த விக்ரம் பாடி நடித்துக்கொண்டு எமியோடு ஆடினார். அந்த வேடம் மட்டும் பிரமாண்டமாக இருந்தது. அவருக்கு அர்னால்ட் கைதட்டி தன் மகிழ்ச்சியை தெரிவித்தார். ஆனால் விக்ரம் தொகுப்பாளராக இருந்த சிம்ஹாவிடம் 'நான் உங்க படம் பார்த்தேன் நல்லா இருந்துச்சு பாஸ்' என்று அந்த நேரத்தில் சொல்லி எல்லோரையும் வெறுப்பேற்றினார். ஏற்கனவே பலகால தாமதம் ஆகிக்கொண்டிருக்கும் நிலையில் அவர்கள் இருவரும் பாராட்டிக்கொள்வது அவசியம்தானா...

அடுத்து இந்தியா முழுவதுமிருந்தும் தயார் செய்யப்பட்ட பாடி பில்டர்ஸ் வந்து தங்கள் திறமையைக் காண்பித்து மேடையில் இருந்தபடி அர்னால்டுக்கு வணக்கம் வைத்தனர். அதோடு விட்டிருக்கலாம். உணர்ச்சிவயப்பட்டு ஒவ்வொருவராக வரிசையாக வரவழைக்கப்பட்டு அவர்முன் மண்டியிட்டு வணக்கம் தெரிவித்தனர். அர்னால்டிற்கு அவர்களது மரியாதையை புரிந்து கொள்ளமுடிந்தது. ஆனால் ஏன் அப்படியே உட்கார்ந்திருக்கிறார்கள் என்று தெரியாமல் விருட்டென்று எழுந்து அவர்களைத் தொட்டு எழுப்பி ஒவ்வொருத்தருக்காய் கைகொடுத்துப் பாராட்டு தெரிவித்தார். அதன் பிறகு அர்னால்டு என்ன செய்ய வேண்டும் என்பதை நிகழ்ச்சி ஏற்பாட்டாளர்கள் அவருக்கு தெளிவுபடுத்தாததால் அந்த பாடி பில்டர்ஸை அழைத்துக்கொண்டு மேடையேறினார். அரங்கம் அதிர்ந்தது.

ஆனால் அர்னால்ட் அவஸ்தையில் இருப்பதை காண முடிந்தது. காரணம் உடல்முழுதும் எண்ணை பூசிய பாடிபில்டர்ஸ் அப்படியே அர்னால்டை சூழ்ந்து கொண்டும் கட்டிபிடித்தபடியும், அவர் கைகளை உயர்த்திப் பிடித்தபடியும் அவரை தேனீக்கள் போல

மொய்த்தனர். இதில் அர்னால்ட் என்ன செய்வதென்றே தெரியாமல் அவரே பாடி பில்டர்ஸை கட்டுப்படுத்தினார். நிலைமை அந்த அளவிற்கு மோசமானது. போதாக்குறைக்கு தொகுப்பாளர் பாபி சிம்ஹா வேறு இடையிடையே அர்னால்டிடம் ஏதோ சொல்ல முயல அதில் அவர் குழம்பிப்போனார். இவற்றையெல்லாம் சிரித்தபடியே உட்கார்ந்து ரசித்துக்கொண்டிருந்தார் ஷங்கர் இதுதான் பெரிய காமெடி.

ஏழு முறை மிஸ்டர் யுனிவர்ஸ், எட்டு ஆண்டுகள் கலிஃபோர்னியா மாகாண கவர்னர் இப்படி பல பெருமைகளை கொண்ட அர்னால்ட் விழாவிற்கு விருந்தினராக வந்ததோடு இல்லாமல் தானே முன் வந்து மேடையை ஒழுங்குபடுத்தும் அளவிற்கு நிலைமை மோசமாகிப்போனது, ரஜினியும் என்ன ஆகப்போகிறதோ என்ற டென்ஷனில் அமர்ந்திருந்தார். அடிக்கடி உதட்டை நாக்கால் ஈரப்படுத்திக்கொண்டார்.

அணிந்திருந்த கோட், கைகள் முழுவதும் எண்ணை பிசுக்காக இருந்ததால், டென்ஷனுடன் நேரே போய் மைக்கை பிடித்து விட்டார் அர்னால்ட். அவர் பேச முயலும்போது, அங்கு வந்த தொகுப்பாளர் பாபி சிம்ஹா ஏதோ சொல்ல, அர்னால்டின் உயரத்திற்கு அவரால் அவர் காதில் விஷயத்தை சொல்ல முடியவில்லை. உடனே என்ன செய்தார் தெரியுமா கலிஃபோர்னியாவின் முன்னாள் கவர்னரான அர்னால்டின் தோளைப் பிடித்து இழுத்து தன் உயரத்திற்கு வளைத்து வண்டு முருகனாக்கினார். இதில் ரொம்பவே கடுப்பாகிப் போனார் அர்னால்ட்.

சிம்ஹா சொல்ல வந்தது இதுதான், “நீங்கள் பேச வேண்டிய நேரம் இதுவல்ல. ஆடியோ வெளியிடும்போது பேசலாம்” ஆனால் அர்னால்ட் அதை பொருட்படுத்தாமல் “நான் என்னுடைய ஸ்டைலில் இப்போதே பேசி விடுகிறேன்” என்று பேச ஆரம்பித்து விட்டார்...

விழாக்களில் நம்ம ஊரில் கூத்தடிப்பதுபோல அங்கு இருப்பதில்லையே . அவர்கள் ஊர் மேடை நாகரிகத்தை அர்னால்ட் கடைபிடித்து மேடையேறிய உடனே பேச விரும்பினார் . தான் எழுதிக்கொண்டு வந்திருந்த பேச்சை மேடையில் வாசிக்க ஆரம்பித்தார் அர்னால்ட். “தமிழ் மக்களின் பாசம் என்னை பிரமிக்க வைக்கிறது. நான் இந்த பட விழாவிற்கு மட்டும் வரவில்லை. ஷங்கரிடம் அவர் படத்தில் நடிக்க வாய்ப்பு கேட்க வந்திருக்கிறேன். என்னுடைய கேனான் தி டெஸ்ட்ராய்டு படத்தை

மறுபடியும் எடுக்க வேண்டும் அதில் நான் நடிக்க வேண்டும். அது முடியுமா என்று ஷங்கரை பார்த்துக் கேட்டார்" கீழே அமர்ந்திருந்த ஷங்கர் கட்டைவிரலை உயர்த்திக்காட்ட "தாங்க்ஸ்" என்று சொல்லிவிட்டு யாரிடமும் சொல்லிக்கொள்ளாமல் மேடையின் பின்புறம் போய்விட்டார்.

எல்லோரும் அவர் மறுபடியும் மேடைக்கு வருவார் என்று ரஜினி, ஷங்கர் உட்பட எல்லோரும் நினைத்துக்கொண்டிருக்க அர்னால்டின் கார் விமான நிலையத்தை நோக்கி சீறிப்பறந்தது. இந்த தகவல் ஷங்கரிடம் சொல்லப்பட, ஷங்கரின் முகத்தில் இருள் சூழ்ந்தது. அவர் பதறிப்போய் ரஜினியை அழைத்துக்கொண்டு வேகமாக மேடையேறினார். குழப்பத்தின் உச்சத்தில் இருந்தது விழா மேடை. ரஜினி, ஷங்கரிடம், "அப்போ நானும் பேசிட்டு கிளம்பவா" என்றதும், வாடிய முகத்தோடு ரஜினியிடம் கெஞ்சலாக சிறிது நேரம் இருக்கும்படி கேட்டுக்கொண்டார்.

ஆனால் அப்போதும் திருந்தாத மேடை கோஷ்டி அடுத்த பாடலை பாட ஆரம்பித்தனர். இந்த முறை ரஜினியின் முகத்தில் எள்ளும் கொள்ளும் வெடித்தன. கடும் கோபத்தில் அவர் அமர்ந்திருப்பதை க்ளோசப் டிஜிட்டல் திரைகள் பளிச்சிட்டுக் காண்பித்தன. ஷங்கர் ரஜினி காதில் "ஸாரி,... ஸாரி சார்" என்று பல முறை சொல்லிக்கொண்டிருந்தார். உடனே பாடல் வெளியீட்டு விழாவை நடத்தினர்.

அர்னால்ட் சென்னை வருவதற்கு தனி விமானம், அவருடன் பத்து நபர்கள், அவர் வந்து போக மட்டும் தனியாக அவருக்கு பத்துகோடி என்று தண்ணீராக பணத்தை செலவழித்தும் பாடல் வெளியீட்டின் போது அவர் இல்லாமல் நிகழ்ச்சியின் நோக்கமே நிறைவேறாமல் போனது. இந்த நேரத்தில்தான் சின்மயி "பாடலை ஆந்திர சூப்பர் ஸ்டார் புனித் ராஜ்குமார் வெளியிட ரஜினி பெற்றுக்கொள்வார்" என்று ஒரு சீனியாரிட்டி கூட தெரியாமல் அறிவிக்க, சட்டென்று கோபத்தில் ஷங்கர் பார்த்த பார்வையில் ஆயிரம் வோல்ட் ஷாக். மறுபடியும் "ரஜினி வெளியிட புனித் ராஜ்குமார் வாங்கிக்கொள்வார்" என்று அறிவிக்கப்பட்டது.

இப்படி 'ஐ' படவிழா ஷங்கருக்கு நேர இருந்த அவமானத்திலிருந்து அவரை காப்பாற்றினார் சூப்பர் ஸ்டார் ரஜினி.

அரசு விழா போல் கட்டுக்கோப்பாக நடக்க வேண்டிய விழா கட்டவிழ்த்த ஜல்லிக்கட்டு திருவிழாபோல் ஆனது.

* * *

கண் சிவந்த எம்.ஜி.ஆர்

'பாரதி', படத்திற்கு அவசரமாக பாடல் தயாராகிக் கொண்டிருந்தது. மு.மேத்தா அவர்கள் இசைஞானியை சந்தித்து விட்டு டியூன் கேசட்டோடு வெளியே வந்தார். பக்கத்தில் டைனிங் ஹால் இருந்தது அங்கேயே உட்கார்ந்து எழுத ஆரம்பித்து விட்டார். 35 நிமிடங்கள் ஓடியது. பாட்டு தயாராகியிருந்தது. அந்தப் பாட்டுதான் 'மயில்போல பொண்ணு ஒண்ணு குயில்போல பாட்டு ஒண்ணு'. இந்தப் பாடலை பாடிய பவதாரணிக்கு தேசிய விருது கிடைத்தது.

அதே போல் 'பிதாமகன்' படத்தில் 'அடடா அகங்கார அரக்கர் கைகளில் உலகிங்கே' என்ற பாடலை எழுதி முடித்துவிட்டு மறுநாள் கலசா ரெக்கார்டிங் தியேட்டருக்குப் போனபோது. அங்கே இசைஞானி படத்தின் அவசியத்திற்காக டியூனை மாற்றியிருந்தார். கவிஞர் அங்கேயே அவருடைய காருக்குள் உட்கார்ந்து அந்தப் பாடலை மாற்றி எழுதிக்கொடுத்தார். இப்படி நிறைய இனிமையான அனுபவங்கள். அவர் எழுதி முடித்த டியூனை நான் என் ரூமில் வந்து நானாக ஒரு பாடலை எழுதி பார்ப்பேன். இதுபோல் இசைஞானிக்கு தெரியாமலேயே அவர் இசையில் நான் பாட்டெழுதியிருக்கிறேன். கவிஞர் மு.மேத்தா அவர்கள் என் வாழ்க்கையில் எனக்கு எல்லாமுமாக இருந்திருக்கிறார்.

இன்னொரு முக்கியமான கவிஞர் முத்துலிங்கம்... சுமார் 1500 திரைப்படப்பாடல்களை எழுதியவர். எஸ்.எம்.சுப்பையாநாயுடு, கே.வி. மகாதேவன், வேதா, எம்.எஸ்.வி., இளையராஜா, தேவராஜ் மாஸ்டர், தேவேந்திரன் உட்பட பல இசையமைப்பாளர்களிடம் பாடல்கள் எழுதியவர். 1984-ல் சட்டமன்ற மேலவை உறுப்பினராகவும், 1987-ல் அரசவை கவிஞராகவும் இருந்தவர். தமிழக அரசின் கலைமாமணி, பட்டத்தையும், பாரதிதாசன் விருதையும் பெற்றவர். இப்படிப்பட்ட மாமனிதர் ஒரு பள்ளித்தோழன் போல என்னோடு பழகக்கூடியவர். வாரத்தில் நான்கு நாட்கள் நாங்கள் சந்தித்துப் பேசிவிடுவோம்.

மேத்தா அவர்கள் போல எனக்கு வழிகாட்டியாகவும், நெருக்கமான நண்பராகவும் இருக்கக்கூடியவர் கவிஞர் முத்துலிங்கம். இவர் எழுதிய பல பாடல்களை நான் பள்ளி நாட்களில் பாடி பரிசு வாங்கியிருக்கிறேன். அதில் ஒரு பாடல் 'நதிக்கரை ஓரத்து நாணல்களே என் நாயகன் புகழை பாடுங்களேன்' என்ற பாடல். 'காதல் கிளிகள்' படத்தில் இடம் பெற்ற பாடல் அது. அதேபோல் 'பொன்மானைதேடி நானும் பூவோடு வந்தேன்', 'இதயம் போகுதே' போன்ற பாடல்களை என் பள்ளி நண்பர்கள் பாடச்சொல்லி கேட்பார்கள். பள்ளியில் இரவு நேரத்தில் தங்கி படிக்கும் போது, படிப்பு நேரத்திற்குப் பிறகு பாட்டுக் கச்சேரிதான். பள்ளி வாட்ச்மேனும் பாட்டு ரசிகர் என்பதால் எந்த புகாரும் எங்கள் மேல் வராது. இப்படி ரசித்து பாடிய பாடல்களை எழுதிய கவிஞரோடு நெருக்கமாக இருப்போம் என்று அப்போது நினைக்கவில்லை.

புரட்சித்தலைவர் எம்.ஜி.ஆரோடு நெருக்கமாக இருந்தவர், அவருக்காக பல பாடல்களை எழுதியவர்... என்பதெல்லாம் எல்லோருக்கும் தெரிந்திருக்கும். ஆனால் இவர் போன்ற மூத்த படைப்பாளிகளை பற்றி எத்தனை முறை பதிவு செய்தாலும் தவறில்லை. காரணம். பல பத்திரிகையாளர்களுக்கே இவர் போன்றவர்களின் சாதனைகள் தெரியாமல் இருக்கிறது...

1974 அலையோசை' பத்திரிகை வேலையை விட்டு விலகியிருந்தார் முத்துலிங்கம். எம்.ஜி.ஆருக்கு எதிராக செய்திகளை வெளியிட ஆரம்பித்திருந்ததால் அப்படியொரு முடிவை எடுத்திருந்தார் முத்துலிங்கம். ஒரு நாள் தற்செயலாக புரட்சித்தலைவரை பார்க்க தி. நகர் ஆற்காட் ரோட்டிற்கு வந்திருக்கிறார். (இப்போது அது எம்.ஜி.ஆர். நினைவு இல்லமாகியிருக்கிறது) அன்று வீட்டிலிருந்த குஞ்சப்பன் என்பவர் முத்துலிங்கம் வந்திருக்கும் தகவலை இண்டர்காம் மூலம் மாடியிலிருந்த எம்.ஜி.ஆருக்கு தெரிவிக்கிறார். உடனே போனில் முத்துலிங்கத்திடம், அலையோசையிலிருந்து விலகியது பற்றி "விஷயத்தை கேள்விப்பட்டேன் முத்துலிங்கம் குஞ்சப்பனிடம் கொஞ்சம் பணம் கொடுத்திருக்கிறேன் வாங்கிக்கோ" என்று சொல்ல, "இல்லைங்க தலைவரே எனக்கு பணம் வேண்டாம் வேலை கொடுங்க" (பாடல் எழுதும் பணி) என்று கவிஞர் சொல்கிறார்.

"வேலை குடுக்கும்போது குடுக்குறேன் இப்ப பணத்தை வாங்கிக்க" இது தலைவர். "இல்லங்க தலைவரே வேலை தான் வேணும் பணம் வேண்டாம். நான் புறப்படுறேன்" என்று

சொல்லி விட்டு கிளம்புகிறார் முத்துலிங்கம். அவர் காலத்தில் புரட்சித்தலைவரிடம் உதவி பெறாத கட்சிக்காரர்களே இல்லை எனலாம். ஆனால் எம்.ஜி.ஆரிடமே வாங்க மறுத்த மாண்பு கவிஞருக்கு மட்டுமே உண்டு. இந்தச் சம்பவத்தை மனதில் வைத்திருந்த எம்.ஜி.ஆர். முதலமைச்சராக வந்த பிறகு அந்த ஆண்டின் பாவேந்தர் பாரதிதாசன் விருதை முத்துலிங்கத்திற்கு வழங்கினார்.

அப்போது மேடையில் பேசிய எம்.ஜி.ஆர். தி. நகர் சம்பவத்தை குறிப்பிட்டு, "உழைக்காமல் யாரிடமும் பணம் வாங்கக்கூடாதுனு சுயமரியாதையோடு இருக்கும் முத்துலிங்கத்திற்கு பாரதிதாசன் விருதை கொடுப்பதுதான் பொருத்தமானது" என்று பலத்த கரவொலிகளுக்கிடையில் பேசுகிறார் முதல்வர் எம்.ஜி.ஆர்.

இன்னொரு சமயம் எம்.ஜி.ஆரை சந்திக்க சத்யா ஸ்டுடியோவிற்கு போகிறார் முத்துலிங்கம். மதியம் 12 மணி. 'மீனவ நண்பன்' படப்பிடிப்பில் இருக்கிறார் தலைவர். செட்டிலிருந்து வெளியே வந்த எம்.ஜி.ஆருக்கு வணக்கம் வைக்கிறார் கவிஞர். சிரித்தபடியே வந்து அமர்ந்த எம்.ஜி.ஆர்.

முத்துலிங்கத்தையும் உட்கார சொல்கிறார். "இந்த படத்துல நீ என்ன பாட்டு எழுதியிருக்க" விசாரிக்கிறார். "இதுல நான் ஒண்ணும் எழுதலையே" "ஏன் நான் உன்னை எழுத வைக்க சொன்னேனே" "எனக்கு யாரும் சொல்லல தலைவரே" கொஞ்சம் மெதுவாகவே சொல்லியிருக்கிறார் முத்துலிங்கம். உடனே கோபத்துடன் பக்கத்திலிருந்த தயாரிப்பு நிர்வாகியைப் பார்த்து, "ஸ்ரீதர் படம்னு கொஞ்சம் சலுகை குடுத்தா எதையும் என்கிட்ட சொல்லக்கூடாதுன்னு அர்த்தமா? டைரக்டரையும், சானாவையும் வரச்சொல்லு" என்று சொன்னபோது கொடுத்து கொடுத்து சிவந்த கரங்களுக்குச் சொந்தக்காரரான எம்.ஜி.ஆரின் கண்களும் சிவந்திருந்தது. பதட்டத்துடன் அங்கு வந்தனர் ஸ்ரீதரும், சடையப்ப செட்டியாரும். (மரியாதை நிமித்தமாக அவரை சானா என்று அழைக்கிறார் எம்.ஜி.ஆர்.)

"முத்துலிங்கத்தை வெச்சு பாட்டெழுத சொன்னேனே ஏன் செய்யல" கோபம் குறையாமல் கேட்கிறார். "நாங்கள் தேடும்போது அவர் ஊரில் இல்ல. அதான்" என்று சானா தயங்க, கவிஞர் பக்கம் திரும்பிய தலைவர் "நீ ஊரில் இல்லையா" எனக் கேட்க, "ஆமாம் தலைவரே வெளியூர் போயிருந்தேன்" என்று சொல்ல, "இந்த மாதிரி வெளியூர் போறதா இருந்தா என்கிட்ட சொல்லிட்டுப் போகணும்னு எத்தனை முறை சொல்லியிருக்கேன். என்று கவிஞரையும் கடிந்து கொள்கிறார்.

அப்பாடா என்று ஸ்ரீதரும், சானாவும் நிம்மதி பெருமூச்சு விடுகிறார்கள். ஆனால் புரட்சித்தலைவர் விடவில்லை.

"சரி... சரி இப்பதான் வந்துட்டாரே பாட்டு எழுதவைங்க" என்று சொல்ல," இருவரும் அமைதியாக நின்றிருக்கிறார்கள். எம்.ஜி.ஆர். அவர்கள் இருவரையும் பார்க்க, "படத்தில் எல்லா சிச்சுவேஷனும் முடிஞ்சு போச்சு. இன்னொரு பாட்டு எழுத சிச்சுவேஷன் இல்ல" என்று ஸ்ரீதர் சொல்கிறார். "அப்ப கனவு பாட்டு ஒண்ணு சேர்த்துடுங்க. அன்பே வா படத்துல 'ராஜாவின் பார்வை பாட்டையும், உரிமைக்குரல் படத்துல விழியே கதை எழுது பாட்டையும் சிச்சுவேஷனோடவா போட்டோம். சிச்சுவேஷனே இல்லாத சிச்சுவேஷன் தான் கனவு பாட்டு. அதனால் இதிலும் ஒரு கனவு பாட்டு வைங்க. இனி அடுத்த ஷூட்டிங் முத்துலிங்கம் பாட்டு சீன்தான்" என்று கோபத்தோடு சொல்லி விட்டு விருட்டென்று எழுந்து சென்று விட்டார் புரட்சித்தலைவர்.

இப்படி தன்னை நம்பி இருப்பவர்கள் எந்த விதத்திலும் கஷ்டப்படக்கூடாது என்று நினைக்கும் புனித உள்ளம் கொண்டவரின் இதயத்தில் இடம் பெற்றவர் முத்துலிங்கம். ஒருவருக்கு உதவ வேண்டும் என்று முடிவெடுத்துவிட்டால் எத்தனைபெரிய தடைகளையும் தன் கருணை கரத்தால் உடைத்து நொறுக்குகிறார் எம்.ஜி.ஆர். அவரது நிழல் பட்ட மனிதரின் நட்பை எனக்கு பொன்மனத்தலைவன் அனுப்பிய பொக்கிஷமாகவே நினைக்கிறேன்.

தங்கத்தலைவன் தனக்காக வாதிட்டு பாடலை எழுதவைத்த அந்த சம்பவம் கவிஞரின் நெஞ்சில் படிய, அந்த நன்றியை அவர் எழுதிய பாடலில் வரிகளாக்கிக் காட்டுகிறார். அதுதான் ஒரு படைப்பாளியின் ஆளுமை என்பது. 'மீனவ நண்பன்' படத்தில் இடம் பெற்ற 'தங்கத்தில் முகமெடுத்து சந்தனத்தில் உடலெடுத்து' பாடல்தான் முத்துலிங்கம் எழுதியது. இது ஒரு காதல் பாடல். இதில் இரண்டாவது சரணத்தில் புரட்சித்தலைவருக்காக இப்படி எழுதுகிறார்.

"எந்தன் மனக்கோவிலில்-தெய்வம்
உனைக்காண்கின்றேன்
உந்தன் நிழல் போலவே-வரும்
வரம் கேட்கிறேன்"

என்று கதாநாயகி பாடுவதாக வரும் வார்த்தைகளில் தலைவனுக்கு நன்றி தெரிவிக்கிறார் கவிஞர். இவரது இன்னொரு சிறப்பு, வாலி ஒரு கவிதையையோ, கட்டுரையையோ எழுதி முடித்தவுடனேயே அதை படித்து காண்பிப்பது முத்துலிங்கத்திடம் தான். அத்தனை இலக்கியச் செழுமையுள்ளவர்.

அதேபோல் கமல்ஹாசன் மேடைகளில் இப்பவும் வியந்து பேசும் பாடல் விருமாண்டி படத்தில் இடம் பெற்ற பாடலைதான். 'மாடவிளக்க யாரு தெருவோரம் ஏத்துனது' என்ற பாடலில் 'ஆறாக நீ ஓட உதவாக்கரை நானு... ஈரமில்லா நெஞ்சானாலும் ஊத்துதடி கண்ணு' என்ற வரியை சிலாகித்துப் பேசுவார் அந்த உதவாக்கரையின் விளக்கத்தை முத்துலிங்கம் கமலுக்கு தனியே விவரித்தது தனிக்கதை...

முந்தையகாலத்தில் எழுத்தாணி கொண்டு எழுதியது நமகெல்லாம் தெரியும், அந்த எழுத்தாணி பிடித்து எழுதிய கடைசி மனிதர் முத்துலிங்கம் அவர்கள்தான். இது இவரது இன்னொரு தனிச்சிறப்பு இந்த மாமனிதரின் நட்பை நான் பெரிதும் போற்றுகிறேன்.

* * *

மீடியாக்களின் பொறுப்பும், கே.பியின் இறப்பும்

சினிமா வட்டாரத்திலும் மீடியாக்கள் வட்டாரத்திலும் பெரிய பரபரப்பு ஏற்படுத்திய செய்தி தமிழ் சினிமாவின் பிதாமகன் இயக்குனர் சிகரம் கே.பாலசந்தரின் உடல் நிலை பற்றியதுதான். இது எல்லோரையும் அதிர்ச்சியில் ஆழ்த்தினாலும், அதைவிட பெரிய அதிர்ச்சியையும் கவலையையும் ஏற்படுத்தியது இந்த விஷயத்தில் சில மீடியாக்களின் அநாகரீகமான அணுகுமுறை. இரண்டு நாட்களுக்கு முன் கே.பி அவர்கள் லேசான மூச்சுத் திணறல் ஏற்பட்டு ஆழ்வார்பேட்டை மருத்துவமனையில் அனுமதிக்கப்பட்டார்.

இந்த தகவல் சில விஷமிகள் மூலம் வாட்ஸ் அப்பில் கே.பி இறந்து விட்டதாகவே (மன்னிக்கவும்) பரப்பப்பட்டது. உடனே ஒட்டு மொத்த மீடியாக்களும் தங்கள் ஊழியர்களை மருத்துவமனையில் குவித்தன. தொலைக்காட்சி மீடியாக்களும் கேமாராக்களுடன் மருத்துவமனை முன்பு அணிவகுத்தன. திரையுலக பிரபலங்கள் ஒவ்வொருவராக வர ஆரம்பித்தனர். பத்திரிகையாளர் ஒவ்வொருவரிடமும் பேட்டி எடுத்துக்கொண்டிருந்தனர். அனைவரும் கே.பி. சார் நலமாக உள்ளார் என்ற தகவலை சொன்னார்கள். ஆனால் மீடியாக்காரர்கள் யாரும் அவர்கள் சொல்லுவதை நம்பத் தயாராக இல்லை. அதனால் அவர்களிடம் மீண்டும் மீண்டும் கேட்டுக்கொண்டே இருந்தனர்.

இதல் சிலர் கோபமாகி அந்த இடத்தை விட்டு கிளம்பிச் சென்றனர். ரஜினி வந்தபோதும் 'சார் நல்லா இருக்காங்க சீக்கிரம் குணமடைஞ்சு வருவாங்க' என்று சொன்ன போதும் மீடியாக்களின் முகத்தில்! என்ன இது... இன்னும் நாம் எதிர்பார்த்த நியூஸ் வரவில்லையே என்பது போல் பெரிய ஏமாற்றம் தெரிந்தது. சிறிது நேரத்தில் குஷ்பூ அங்கு வந்தார். பதட்டத்துடன் உள்ளே சென்றவர் கே.பியை பார்த்த்போது, 'கமாண்டிங் பவரோடு எத்தனை படைப்புகளை கொடுத்த சாதனை மனிதர் இப்படி

இருக்கிறாரே' என்று ஆதங்கப்பட்டு வரும்போது அழுத கண்களை துடைத்தபடியே வந்தார்.

அவ்வளவுதான் மொத்த பத்திரிகையாளர்களும், "ஆமா... சார் போட்டுறலாம் சார்... குஷ்பூ கதறி அழறாங்க சார்", என்றும் இன்னும் சிலர் "மைலாப்பூர் வீட்லேயே வெச்சிருவாங்கா சார். நாளைக்குதான் மற்ற விஷயம்" என்றும், "பெசண்ட் நகர் இல்லன்னா கிருஷ்ணாம்பேட்டை... இன்னும் தெரியலை சார்" என்றும் நம் காதுபடவே சிலர் செல்போனில் சொல்லிக்கொண்டிருந்ததையும் கேட்க முடிந்தது. இதையெல்லாம் பார்க்கும்போது கவலையாகவும், வெட்கமாகவும் கூட இருந்தது.

ஒரு செய்தியை முதலில் வெளியிடுவது என்பது மீடியாக்களின் தொழில் சம்பந்தப்பட்ட விஷயம் என்றாலும், எந்த மாதிரியான செய்தியை முதலில் சொல்ல வேண்டுமென்கிற அடிப்படை தர்மம் வேண்டாமா. எண்பத்து நான்கு வயதில் ஒரு மனிதர் மருத்துவமனையில் அனுமதிக்கப்பட்டால் அது மரணத்திற்காக மட்டுதான் இருக்க முடியுமா? ஒரு வயதானவருக்கு இயல்பாக என்ன பிரச்சனைகள் வருமோ அப்படிப்பட்ட பிரச்சனைகளுக்காக இருக்கக்கூடாதா? இதில் கொடுமை என்னவென்றால் குஷ்பூ வெளியில் வந்து "சார் நல்லா இருக்காங்க" என்றதும் சிலர் "என்ன மேடம் சொல்றீங்க நல்லா இருக்காரா?" என்று முகத்தில் அதிர்ச்சியைக் காட்டி அவசர அவசரமாக அவரது அலுவலகத்திற்கு போன் பண்ணி கே.பியை பற்றி தான் சொன்ன தகவலைத் திருத்துகிறார். மரணத்தைக்கூட முதலில் நாம்தான் சொல்ல வேண்டும் என்கிற இந்த அநாகரீக அரிப்பு எத்தகைய பாதிப்புகளை ஏற்படுத்தியது என்பதற்கு சில சம்பவங்கள். காமெடி மன்னன் கவுண்டமணி சில வருடங்களுக்கு முன்பு மருத்துவமனையில் அனுமதிக்கப்பட்டார்.

இந்த தகவல் வெளியானதும் இந்தியா முழுவதும் வெளிவரும் ஒரு முன்னணி ஆங்கில நாளிதழ் நடத்தும் இணைய தளம், பிரபல வார இதழ் நடத்தும் இணையதளத்திலும் கொட்டை எழுத்தில் கவுண்டமணி மரணம் என்று செய்தியைப் போட்டு விட்டு மார்தட்டிக்கொண்டது. ஆனால் சிகிச்சை முடிந்து கவுண்டமணி நலமாக வீட்டுக்கு திரும்பி விட்டார். அன்று தற்செயலாக இதைக் கேள்விபட்டு கவுண்டமணி தன்னுடைய நக்கல் நடையில் அந்த நபர்களை காய்ச்சி எடுத்திருக்கிறார். இதே போல் இன்னொரு பத்திரிகையில் தயாரிப்பாளர் நடிகர் பாலாஜி அவர்கள் இறந்து விட்டதாக செய்தி வெளியிட்டது.

மறுநாள் அந்த அலுவலகத்திற்கு ஒரு போன் வந்திருக்கிறது. போனை எடுத்த ஊழியார் "ஹலோ யார் பேசறது?" என்று கேட்க, மறுமுனையில் "நான் தான் செத்துப்போன பாலாஜி பேசுறேன்" என்று சொல்லவும் அந்த ஊழியர் ஆடிப்போய் விட்டார். . சமீபத்தில் எம். எஸ். பாஸ்கர் மறைந்து விட்டதாக வாட்ஸ் அப்பில் தகவல் வந்தது. அன்று மாலை நடந்த சினிமா விழாவில் எம். எஸ். பாஸ்கரே கலந்து கொண்டு "நான் இறந்த பாஸ்கர் பேசுகிறேன்" என்று வேதனையுடன் தன் வருத்தத்தைப் பகிர்ந்து கொண்டார். இப்படி மீடியாவின் 'கொலை'ப்பசிக்கு பலியானவர்களில் கலைஞர், மனோரமா, என்று ஒரு பட்டியலே இருக்கிறது.

இனிமேலும் இந்த பட்டியல் நீளக் கூடாது என்பதுதான் நமது கவலை. அதனால் பத்திரிகைகள் இதுபோன்ற தகவல்களை தாமதமாகக் கொடுத்தாலும் தவறில்லை என்ற மன நிலைக்கு வரவேண்டும். கே.பி பற்றி எதிர்மறைத் தகவலை முதலில் சொல்வது மட்டும் மீடியாக்களின் கடமை அல்ல. அவர் தமிழ் சினிமாவிற்கு ஆற்றிய பங்களிப்பும், யாரும் சொல்லத் துணியாத கருத்துக்களை தைரியமாக திரையில் சொன்ன அவரது துணிவும், அவரது ஆளுமையும், புரட்டிப்போட்ட புரட்சிகரமான கருத்துகளையும் இந்த தலைமுறையினருக்கு தெரியும் வகையில் சொல்ல வேண்டியதும் மீடியாக்களின் கடமைதானே.

அவர் மருத்துவமனையில் அனுமதிக்கப்பட்ட நாளிலிருந்து இன்று வரைக்கும் ஒவ்வொரு நாளும் அதை எழுத ஆரம்பித்திருந்தாலே அதைப் படித்த அல்லது படித்தவர்கள் வாய்வழி பரவும் அந்த பாஸிடிவ் வைப்ரேஷனிலேயே பாலசந்தர் எழுந்து நடந்து வந்திருப்பார். ஆனால் மீடியாக்களுக்கு தேவை கே.பாலசந்தரின் உயிரற்ற உடல் தானே தவிர தமிழ் சினிமாவிற்கு உயிர் கொடுத்த துணிச்சலான அவரது கருத்துகள் அல்ல என்றல்லவா ஆகிவிட்டது!

மீடியாக்களின் ஆசைப்படியே இரண்டு நாளில் கே.பி.யின் உயிர் பிரிந்தது.

* * *

சும்மா வந்ததல்ல சூப்பர் ஸ்டார் பட்டம்

இன்றைய இளம் ஹீரோக்களுக்கு தாங்கள் நடித்த படங்கள் ஓடுகிறதோ இல்லையோ, படத்தை வாங்கியவர்கள் லாபம் அடைந்தார்களோ இல்லையோ அது பற்றியெல்லாம் கவலையில்லை. தங்களுக்குள் யார் சூப்பர் ஸ்டார் என்றுதான் மறைமுக யுத்தம் நடத்திக்கொண்டிருக்கிறார்கள்.

முதலில் அந்த பட்டத்திற்கு உரியவரான ரஜினிகாந்த் நம்மோடு வாழ்ந்துகொண்டு இருக்கும் போது அவர் இடத்திற்கு இன்னொருவரை பட்டம் சூட்ட நினைப்பது கோமாளித் தனமானது. புரட்சித் தலைவர், நடிகர் திலகம், மக்கள் திலகம் போன்ற அடை மொழிகளெல்லாம் மக்கள் அன்போடு கொடுத்த பாசப் பட்டங்கள். அந்த இடத்திற்கு இன்னொருவரை நினைத்துப்பார்ப்பதென்பது அவர்களது உழைப்பின் மீது உமிழ்வது போன்றது.

75 ல் ரஜினிகாந்த் என்கிற சிவாஜி ராவ் கெய்க்வாட் சினிமாவில் நுழையும் காட்சியே தீர்க்கதரிசனமான காட்சி "நான் பைரவி புருஷன் வந்திருக்கேன்" என்று கேட்டை திறக்கும் போதே தமிழ் சினிமா ரசிகர்களின் மனதையும் திறந்து கொண்டு உள்ளே வந்து உட்கார்ந்து விட்டார். ஆனால் அது துக்கடா கேரக்டர். அப்படிதானே அவர் அறிமுகமாக முடியும். முதல் படத்திலேயே ஹீரோவாக நடிக்க அவர் அப்பா ஒன்றும் சினிமா டைரக்டர் இல்லையே.

அதன் பிறகு சினிமாவில் ரஜினி காட்டிய ஸ்டைலும் கொட்டிய உழைப்பும் மிருகத்தனமானது என்பதற்கு சில சாட்சிகள்...

தமிழ் சினிமாவில் ஜாம்பவான்களாக கோலோச்சிக் கொண்டிருந்த எம்.ஜி.ஆர்., சிவாஜிக்கு மத்தியில் நாம் எப்படி இங்கு நம்மை தக்கவைத்துக் கொள்வது என்கிற பெரும் குழப்பத்துடன் தான் கால் வைத்தார் ரஜினி. அதற்காக நடிப்பிலும், உழைப்பிலும்

எந்த அளவிற்கு அர்ப்பணிப்பு காட்ட வேண்டுமோ அப்படியொரு அர்ப்பணிப்பைக் காட்டினார் ரஜினி. 75 லிருந்து 78 வரை எத்தனை எத்தனை வேடங்கள். பல படங்களில் வில்லனாக, தப்புத்தாளங்களில் விபச்சாரியின் கணவனாக, புவனா ஒரு கேள்வி குறி படத்தில் கைவிடப்பட்டவளுக்கு வாழ்வு கொடுப்பவனாக, அவர்கள் படத்தில் கொடுமைக்கார கணவனாக, மூன்று முடிச்சு படத்தில் நம்பிக்கை துரோகம் செய்யும் நண்பனாக இப்படி யாரும் ஏற்கத்தயங்கும் கதாபாத்திரங்களை ஏற்று நடிப்பில் ஜொலித்தவர்.

பதினாறு வயதினிலே படத்தில் ஸ்ரீதேவி கதாபாத்திரம் பரட்டையனாக வரும் ரஜினி முகத்தில் காரித் துப்புவதுபோல் வரும் காட்சியில் பாரதிராஜா சோப்பு நுரையை தெளித்து காட்சியை எடுத்து விடலாம் என்றபோது ரஜினிதான் "இல்லை... இல்லை காட்சி தத்ரூபமாக வராது" என்று சொல்ல, ஸ்ரீதேவி அப்படி செய்ய மறுத்திருக்கிறார். வேறு வழியில்லாமல் ரஜினி முகத்தில் நிஜமாக எச்சிலை துப்பவைத்து அந்தக் காட்சியை படமாக்கினார் இயக்குனர் பாரதிராஜா. இப்போது இருக்கும் ஹீரோக்கள் போல கோட் சூட்டும், சிலிக்கான் லைட்டும், அழகிகள் சூழ ஆடும் பாட்டுமாக நடித்து வந்தவரில்லை. கேரவேன்களுக்குள் புகுந்து கொண்டு தன் கேரக்டரை வளர்த்தவரும் அல்ல. நடிக்க வரும் முதல் படத்திலேயே கேமராவை காலுக்கு கீழே வைத்து (லோ ஆங்கிள்) ஸ்கிரீனை பார்த்து பஞ்ச் டயலாக் பேசியவர் கிடையாது ரஜினி.

ஒவ்வொரு படத்திலும் அவர் ஏற்றுக்கொண்ட கேரக்டர்கள் எல்லாவற்றுக்கும் தன் தனித்த நடிப்பால் அப்ளாஸை வாங்கிக்கொடுத்தார்... ஒரே வருடத்தில் மட்டும் தயாரிப்பாளர்களின் சிரமத்தைப் போக்க தொடர்ந்து நடித்து 24 படங்களை முடித்துக் கொடுத்திருக்கிறார். இரவு பகல் பாராமல் நடித்துக் கொடுத்து தன் ஆரோக்கியம் பாதிக்க அவரே காரணமானார். தூக்கம் வந்து ஷூட்டிங் பாதிக்கப்படக்கூடாது என்று ரஜினி செய்த காரியங்கள் யாரும் செய்யத்துணியாதவை. அதில் ஒன்று இரவு படப்பிடிப்பு முடிந்து நான்கு மணிக்கு வந்து படுக்கும் அவர் தன் உதவியாளர்களுக்கு சொல்லி வைத்த உத்தரவுபடி ஆறு மணிக்கெல்லாம் அவர் முகத்தில் ஐஸ் வாட்டரை கொட்டி அவரை எழுப்புவார்களாம்.

இப்படி மூன்று வருடங்கள் கடுமையான உழைப்பிற்குப் பிறகே 77-78 ல் தாணுவின் பைரவி படத்தில் நடிக்க ஆரம்பித்தார். அப்போதுதான் தாணு ரஜினியின் தனித்தன்மையை உணர்ந்து

பட போஸ்டரில் ‘சூப்பர் ஸ்டார்’ ரஜினி நடிக்கும் பைரவி என்று விளம்பரம் செய்ய முடிவு செய்கிறார். இது ரஜினிக்கு எப்படியோ தெரிந்து பதறிப்போய் தாணுவின் அலுவலகத்திற்கு வருகிறார். “தாணு சார் பெரியவங்க எம்.ஜி.ஆர். , சிவாஜி இவங்கள்லாம் இருக்கும்போது நமக்கு எதுக்கு இந்த பட்டமெல்லாம். அவங்களை நாம் வருத்தப்பட வைக்கக்கூடாது” என்று பெருந்தன்மையோடு மறுத்திருக்கிறார். ஆனால் தாணு அவர்கள் பிடிவாதமாக “மெகா சூப்பர் ஸ்டார் என்று போட்டுவிடவா” என்று கேட்க, “ஐயோ சூப்பர் ஸடாரே பரவாயில்ல” என்று ரஜினி மறுக்க, மறுநாள் ஒரு நாளிதழில் சூப்பர் ஸ்டார் பட்டத்தோடு பைரவி பட விளம்பரம் முழு பக்கத்தில் வெளிவருகிறது. தர்ம சங்கடத்தில் தவித்தார் ரஜினி.

அவர் நடித்த பதினெட்டு படங்கள் இருநூறு நாட்கள் ஓடிய படங்கள் 38 படங்கள் நூறு நாள் படங்கள், நான்கு படங்கள் ஒருவருடத்திற்கும் மேல் ஓடிய படங்கள். இப்படி வாங்கிய பட்டத்திற்கு தன்னை தகுதியாக்கிக் கொண்டார் ரஜினி. இத்தனை படங்களில் சில படங்களில் தன்னை வைத்து படமெடுத்து நலிந்து போன தயாரிப்பாளர்களை பங்குதாரராக ஆக்கிக்கொண்டு அவர்களுக்கு வாழ்வளித்தார். எந்த தயாரிப்பாளரும் ‘உங்கள் படங்களால் எங்களுக்கு பெரிய நஷ்டம்’ என்று அவர் வீட்டின் முன் நின்றதில்லை.

பட்டத்திற்கு ஆசைப்படும் இன்றைய ஹீரோக்கள் இப்படி தொடர் வெற்றி கொடுத்திருக்கிறார்களா என்பதை அவர்களே சொல்லட்டும் சூப்பர் ஸ்டார் பட்டத்தை பங்கு போட்டுக்கொள்ள அது என்ன ‘பாலக்காட்டு பேக்கரி’யில் விற்கும் பன்னா.

ரஜினியின் பலவருட உழைப்பு. இந்த உழைப்பிற்கு நாம் எந்த வகையிலும் தகுதியானவர்கள் இல்லை என்பதை உணர்ந்து கொள்ளவேண்டும். சினிமாவில் மட்டுமல்ல... தனிப்பட்ட வாழ்க்கையிலும் எந்த ஒளிவு மறைவும் இல்லாமல் வெளிப்படையான வாழ்க்கையை வாழ்ந்து வருவதும் ரஜினியை மக்கள் நேசிப்பதற்கு முக்கிய காரணம். அதோடு தான் நேசிக்கும் சினிமாவை வைத்து எந்த விதமான அரசியல் ஆதாயத்தையும் அடைய அவர் முயன்றதில்லை.

ஒரு நடிகர் வீட்டில் நடந்த சம்வத்தை சொன்னால் ரஜினிக்கும் மற்றவர்களுக்கும் உள்ள வித்தியாசத்தை நாம் உணரலாம். அவர் பங்களாவில் ஒரு பகுதியில் கட்டிட வேலையில் ஈடுபட்டிருந்தனர் ஐந்து தொழிலாளர்கள். அப்போது ஷூட்டிங்

முடிந்து வீடு திரும்பியிருக்கிறார் அந்த ஹீரோ. எதிர்பட்ட இந்த உழைப்பாளர்களை பார்த்திருக்கிறார். உழைக்கும் வர்க்கம் எப்படியிருக்கும்...? வெற்று மேனியும், அழுக்கு வேட்டியுடன், வியர்வை வழிய நின்றிருக்கிறார்கள். காருக்குள்ளிருந்து இதை பார்த்த ஹீரோ தன் உதவியாளரை அழைத்து 'நான் வந்து போகும் போது இவங்க யாரும் என் கண்ணில் படக்கூடாது' என்று உத்தரவிட்டிருக்கிறார். வீட்டு வேலை முடியும் வரை அந்த ஹீரோவின் கண்ணில் யாரும் படாமல் ஒளிந்து ஒளிந்தே வேலையை முடித்திருக்கிறார்கள். இது சினிமா காட்சி அல்ல. வலிக்க வைக்கும் நிஜம். சரி இந்த கட்டிட வேலை எதற்காக நடந்தது தெரியுமா... அந்தப் பகுதியில் வசிக்கும் சிலர் தங்களின் அபிமான நடிகர் வீடு இதுதான் என்று பாசத்தோடு பார்த்து மகிழ்ந்திருக்கிறார்கள். இது தெரிந்து தன் வீட்டின் காம்பவுண்ட் சுற்றுச்சுவரை பல அடிகள் உயர்த்திக் கட்ட போட்ட உத்தரவால் நடந்த வேலை!!

ஆனால் ரஜினியின் அசாத்திய பாசம் எவருக்கும் வராது. காமராஜர் அரங்கத்தில் ஒரு நிகழ்ச்சி முடிந்து விட்டு காரில் அவர் வெளியேற, தொலைவில் சாலையில் தனியாக நின்றிருந்த இருவர் ரஜினியின் கார் என்பதை பார்த்து விட்டு கண்ணாடிகள் ஏற்றப்பட்டிருப்பது தெரிந்தும் உற்சாகத்தில் கையை ஆட்ட, அவர்கள் பக்கத்தில் வந்த கார் வேகம் குறைகிறது. கண்ணாடியை இறக்கிவிட்டு பதிலுக்கு கையை ஆட்டுகிறார் ரஜினி. அந்த இரண்டு பேரில் நானும் ஒருவன். பைக்கில் துரத்துகிறார்கள். உடனே ரஜினியின் கார் வேகம் குறைய, அந்த இரண்டு பேருக்காக கண்ணாடியை இறக்கி புன்னகைத்து கையை அசைத்து, 'இப்படி வேகமா வரவேணாம்... நிதானமா போங்க' என்று சொல்லிச் செல்கிறார். அந்த பாசத்தை யாரும் சொல்லித் தந்து வரவழைக்க முடியாது. அது ரத்தத்தில் ஊறியது. அதனாலதான் அவர் சூப்பர் ஸ்டார்.

எம்.ஜி.ஆருக்கும், சிவாஜிக்கும் பட்டங்களை கொடுத்தது யார் தெரியுமா சாதாரண ரசிகர் ஒருவர்தான். பத்திரிகைகள் அல்ல. திமுகவிலிருந்து விலக்கப்பட்ட ஒருநாள், சத்யா ஸ்டுடியோவில் ஆதரவாளர்களுடன் ஆலோசனையில் ஈடுபட்டிருந்தார் எம்.ஜி.ஆர். வெளியே ரசிகர்கள் கூட்டம் உணர்ச்சி பொங்க கூடியிருந்தது. எம்.ஜி.ஆர் வெளியே வந்து தலைகாட்ட அத்தனை பேரும் ஆர்ப்பரித்தனர். அதில் கூட்டத்திலிருந்த வேலூரை சேர்ந்த ரசிகர் ஒருவர் பரவசத்தில் "புரட்சித் தலைவர் எம்.ஜி.ஆர்

வாழ்க" என்று குரல் கொடுக்க, அன்றிலிருந்து கட்சித் தலைவர் புரட்சித்தலைவர் ஆனார்.

சிவாஜிக்கு அன்று வந்த சினிமா பத்திரிகையான 'பொம்மை'யில் வந்த கேள்வி பதிலில் சிவாஜி ரசிகர் ஒருவர் 'எங்கள் நடிகர் திலகம் எப்படியிருக்கிறார்' என்று ஒரு கேள்வியை வைக்க, சிவாஜியும் அந்த அன்பு பரிசை அப்படியே ஏற்றுக்கொண்டார்.

இதை அப்படியே அடுத்த புரட்சித் தலைவர் யார் என்றோ, அடுத்த நடிகர் திலகம் யார் என்றோ போட்டி வைத்தால் எவ்வளவு கேலிக் கூத்தாக இருக்கும். ஒரே ஒரு இமயமலை, ஒரே ஒரு வங்கக் கடல் ஒரே ஒரு சூரியன், ஒரே ஒரு சூப்பர் ஸ்டார்தான் அது ரஜினி காந்த் என்கிற மாமனிதன் தான்.

பட்டம் என்பது மக்கள் பரிசாக கொடுப்பது யாரிடமிருந்தும் பறித்துக் கொடுப்பது இல்லை. இது சம்பந்தப்பட்டவர்களுக்கு தெரிந்தால் போதும்!

* * *

கந்தன் குரலே உந்தன் குரல்

வாலி சாரை சந்தித்துப் பேசுவதென்பதே ஓர் இனிமையான அனுபவம். எந்த நேரமும் எதையாவது படித்துக்கொண்டும், எழுதிக்கொண்டும் இருந்த வாலி, லேசில் யாரையும் சந்திக்க ஒப்புக்கொள்வதில்லை. அவருக்கு நெருங்கிய வட்டத்தில் உள்ளவர்கள் மூலம் வருபவர்களை மட்டுமே சந்திக்க ஒப்புக்கொள்வார். அப்படி ஒப்புக்கொண்டால் அந்த நேரத்தில் எவ்வளவு பெரிய வருமானம் வரும் விஷயம் வந்தாலும் அதை தவிர்த்து விடுவார். அப்படி அவர் தவிர்த்தவர்களில் ஏ. ஆர். ரகுமானும் ஒருவர் என்றால் பாருங்கள். பேச ஆரம்பித்தால் கருப்பு வெள்ளை காலகட்ட சினிமா கலைஞர்களின் வாழ்க்கை, இலக்கியம், பாடல்கள், கண்ணதாசனைப் பற்றிய அபூர்வ செய்திகள் என்று திரும்பும் போது தலை நிறைய தகவல்களோடு திரும்பலாம். என்னை வாலி சாருக்கு அறிமுகம் செய்து வைத்தது. பாசத்திற்குரிய அண்ணன் பழநிபாரதி அவர்கள்தான். நான் எப்போது கவிஞரை சந்திக்க சென்றாலும் அண்ணனையும் அழைத்து சென்றுவிடுவேன்.

ஒருநாள் 'வாலி *1000*' நிகழச்சியின் துவக்க நாள் பத்திரிகையாளர் சந்திப்பிற்கு ஏவி. எம். ஸ்டுடியோவிற்கு போயிருந்தேன். வீணையில்லாத சரஸ்வதி மாதிரி நடு நாயகமாக வாலி உட்கார்ந்திருக்க, சுற்றிலும் சக பத்திரிகையாளர்கள் அமர்ந்திருந்தனர். என்னை பார்த்ததும், "வாய்யா... நீ வர்றதா பழநிபாரதி சொன்னாப்ல" என்று கையை பிடித்து அழுத்தினார். கேள்வி பதில் நேரம் தொடங்கியது. ஆளாளுக்கு கேள்விகளை வீச சளைக்காமல் சிரிக்க சிரிக்க பதில் சொல்லிக் கொண்டிருந்தார் கவிஞர். குறும்புக்கார நிருபர் ஒருவர், "ஐயா நீங்க சினிமாவில் பெரிய ஜாம்பவான். உங்களுக்கு நடிகைகளோடு பழக்கம் இருந்திருக்குமே அதெல்லாம் இந்த டிவி தொடரில் வருமா?" என்று கேட்டு விட நான் ஆடிப் போனேன். கவிஞர் கோபப்படப் போகிறாரே என்று

பதட்டம். ஆனால் வாலி தலையை ஸ்டைலாக சாய்த்து தாடியை தடவியபடி, "அதெல்லாம் நிறைய இருக்கே... பழக்கம் என்ன ஒண்ணா உட்கார்ந்து தண்ணியே அடிச்சிருக்கோம். அதெல்லாம் பழைய கதை" என்று ஒரு புன்சிரிப்போடு பதிலளித்தார். இந்த திறந்த பதிலால் கேள்வி கேட்ட நிருபர் வாயடைத்துப் போனார்.

மறுநாள் அந்த நிருபர் கண்ணும் கருத்துமாக தினசரி வெளிவரும் அவர் பணியாற்றும் இதழில் அந்த செய்தியை பதிவும் செய்து விட்டார். நானும் நான் பணிபுரிந்த வார இதழில் 'நடிகைகளோடு பழகிய விஷயங்களை வாலி டிவியில் வெளிப்படையாக சொல்லப் போகிறார்' என்று எழுதிவிட்டேன். இது நடந்து ஐந்து நாள் கழித்து பழநிபாரதி அண்ணன் எனக்கு போன் பண்ணினார். "என்ன கண்ணா இப்படி பண்ணிட்ட... இந்த செய்தியை போய் எழுதலாமய்யா. வாலி சார் உன் மேல கோபமா இருக்கார். எப்படி சமாளிக்கப் போற" என்று கடிந்து கொண்டார். "அண்ணே அந்த செய்தி ஐந்து நாளைக்கு முன் டெய்லி பேப்பர்ல வந்துருச்சுண்ணே" என்றேன். "இருக்கட்டும்ய்யா... நெருங்கின வட்டத்துல இருக்குற நீ இதை எழுதலாமா. அடிக்கடி அவரை சந்திச்சுகிட்டிருக்கோம்ல. அதனால கடும் கோபத்தில் இருக்கார். அவரை எப்படியாவது சாமாளிச்சுக்கோ எனக்கு தெரியாது" என்று கோபத்தோடு போனை வைத்து விட்டார்.

இதில் கொடுமை என்னவென்றால் சாட்சிக்காக அந்த செய்தித்தாளையும் நான் கொண்டு போய் காட்ட முடியாது காரணம் அந்த பேப்பர் சென்னையில் வெளியாகாது. வெளியூர்களில் மட்டும்தான் வெளிவரும். என்னடா இப்படி ஆகிப்போச்சேன்னு எனக்கு பதட்டம். "வாலிகிட்ட பேசிட்டு எனக்கு போன் பண்ணுன்னு" வேற பழநிபாரதி அண்ணன் சொல்லியிருக்கார். எப்படி வாலிகிட்ட பேசறது. என்ன சொல்லி திட்டுவாரோன்னு மனசுக்குள்ள போராட்டம். ராஜா சார்கிட்ட எதுவும் சொல்லிடுவாரோன்னு இன்னொரு பயம் வேற. அவரை எப்படியெல்லாம் சமாதானப் படுத்தலாம்னு யோசிச்சு வெச்சுக்கிட்டு. போன் பண்ணினேன். "ஐயா நான் கண்ணன் பேசுறேன்" "நீ பழநிபாரதிய கூட்டிக்கிட்டு வீட்டுக்கு வந்துடு" என்று மட்டும் சொல்லி போனை வைத்து விட்டார். . எனக்கு தலை சுற்றியது. பழநிபாரதி அண்ணனிடம் கெஞ்சி கூத்தாடி அழைத்துக் கொண்டு என் வண்டியில் வாலி சார் வீட்டுக்கு புறப்பட்டோம்.

வாலி வீடு வந்து விட்டது. வண்டியில் வரும்போதே கவிஞரை சாமாளிக்க எனக்கு ஒரு சின்ன ஐடியா பொறி தட்டியது. அதனால் லேசாக பயம் நீங்கியிருந்தது. “மாடியில் ஐயா இருக்கிறார்” என்று சுவாமிநாதன் சொல்ல படியேறினார் பழநிபாரதி. பின்னால் பதுங்கி பதுங்கி நான். கதவை தட்டி “ஐயா கண்ணன் வந்திருக்கான்” என்று சிரித்துக்கொண்டே அண்ணன் சொல்ல “வாய்யா...” என்று அவர் அழைத்தாலும் என் கால்கள் நகரவில்லை. “அட உள்ள வா தேனி” என்று சத்தமாகக் கூப்பிட்டார். போய் அவர் முன் உட்கார்ந்தேன் தரையை பார்த்தபடி” “என்ன தேனி பேசாமல் உட்கார்ந்திருக்கான்” என்று கேட்க, “அந்த நியூஸுக்காக நீங்க திட்டுவீங்களோன்னு பயந்து போயிருக்கான்” என்றார் அண்ணன். “அட போய்யா அதெல்லாம் ஒரு விஷயமா” என்றாரே பாருங்கள், நான் ஆகாயத்தில் பறந்தேன். ஆனால் அதற்குப் பிறகு அவர் சொன்ன தகவல்கள் எல்லாம் பொக்கிஷங்கள். இதே போல் தவறான செய்தி வெளியானால் கருப்பு வெள்ளை காலத்தில் நடிகர், நடிகைகள் எப்படி நடந்து கொள்வார்கள் என்று சிரிக்கச் சிரிக்க சொல்லி வயிறை புண்ணாக்கினார். அதிலும் ,சி.எல்.ஆனந்தனை பற்றி சொன்னது வெடிச்சிரிப்பு.

பேசிகொண்டிருக்கும் போதே “அவதாரபுருஷன் காவியத்தில் எனக்கு ஒரு கவிதை பிடிக்கும்” என்றேன். “எந்த கவிதை” என்றார். “சோறூட்டும் போது அழும் குழந்தை ராமனை கோசலை தேற்றுவதாக வரும் இடத்தில், ‘எந்த கண்ணும் கண்ணீர் வடித்தால், உந்தன் கைதான் துடைக்கிறது. உந்தன் கண்ணே கண்ணீர் வடித்தால் எந்தக் கையால் துடைக்கிறது’ இந்த இடம் எனக்கு ரொம்ப பிடிச்ச இடம் ஐயா” இதே சந்தத்தில் உங்களுக்கு ஒரு கவிதை எழுதியிருக்கேன் ஐயா” என்றேன். “அடடே சொல்லு” என்றார்.

“எந்த குரலும் கவி படித்தால்
உந்தன் குரல்தான் கேட்கிறது.
உந்தன் குரலே கவி படித்தால்
அந்த கந்தன் குரலே கேட்கிறது”

என்றதும் என்னை நிமிர்ந்து பார்த்தவர்”இவ்வளவு பாசம் வெச்சுக்கிட்டு நீ போய் அந்த மாதிரி எழுதலாமா. அதனால் தான் கோபப்பட்டேன். நீ நல்லா இருக்கணும்ய்யா” என்று தலையில் கை வைத்து ஆசீர்வதித்தார் காவியக் கவிஞர் வாலி.

* * *

கண் கலங்கிய ரஜினி-கட்டிக்கொண்ட இசைஞானி

தேனாம்பேட்டையில் உள்ள காமராஜர் அரங்கில் இளையராஜாவின் என்னுள்ளில் எம்எஸ்வி என்ற இசைக் கச்சேரி நடந்தது. மறைந்த இசை மேதை எம்எஸ்விக்கு இசையஞ்சலி செய்யும் வகையில் இந்த நிகழ்ச்சி அமைந்தது.

மேடையில் 'எம். எஸ். விஸ்வநாதன்' உருவப்படம் வைக்கப்பட்டு அதற்கு இளையராஜா மலர் அஞ்சலி செலுத்தினார்.

பின்னர் இசைக்கலைஞர்களை வைத்து இசை நிகழ்ச்சியை துவக்கினார் இளையராஜா. எம். எஸ். விஸ்வநாதன் இசையமைத்த படங்களில் இருந்து பாடல்கள் பாடப்பட்டன.

நிகழ்ச்சியின் ஆரம்பத்திலேயே வந்துவிட்ட நடிகர் ரஜினிகாந்த், இறுதி வரை பங்கேற்று இசையை ரசித்தார்.

பின்னர் ரஜினியை நோக்கிய இளையராஜா, "சாமி, மேடைக்கு வந்து சில வார்த்தைகள் பேசுங்க," என்று அழைத்தார்.

ரஜினி பேசுகையில், "எம். எஸ். விஸ்வநாதன் இசைக்கு சாமி. பெரிய மகான், அவர் நினைவை கொண்டாடும் விதமாக இந்த நிகழ்ச்சி நடத்தப்படுகிறது. இளையராஜா இசைஞானி. எம். எஸ். விஸ்வநாதன் இசை சாமி. அந்த கடவுளை பற்றி இந்த ஞானிக்குத் தான் தெரியும்.

அவரைப் பற்றி நம்மைப் போன்ற பாமர மக்களுக்கு இசைஞானிதான் உணர்த்த வேண்டும். இந்த இசை நிகழ்ச்சியில் என்னைப் போன்றவர்கள் கலந்து கொண்டோம் என்பதே பெரிய ஆசீர்வாதம்," என்றார்.

பின்னர் இளையராஜா பேசுகையில், "உலக மாமேதை எம். எஸ். விஸ்வநாதன், என் இளமை காலம் அவர் பாடல்களோடுதான் கழிந்தது. எம். எஸ். விஸ்வநாதன் இசையமைத்த பாடல்கள் என்று தெரியாத பருவத்தில் அவரது பாடல்களில் ஈர்க்கப்பட்டேன்.

தேவதாஸ் படத்தில் "உலகே மாயம் வாழ்வே மாயம் நிலையேது நாம் காணும் சுகமே மாயம்" என்ற பாடலைத் தந்தார். ஆனால் அவர் பெயரைக் கூடப் போட்டுக் கொள்ளவில்லை.

'குலே பகாவலி' படத்தில் அவர் போட்ட "மயக்கும் மாலை பொழுதே நீ போ போ" பாட்டை இப்போதைய சூப்பர் ஸ்டாருக்குப் போட முடியாது. இசைக்கு முக்கியத்துவம் அளிக்கும் காலகட்டமாக அது இருந்தது. அந்த காலத்துப் பாடல்களை இப்போதும் பாடலாம். ஆனால் இன்றைய பாடல்களை பாட முடியாது.

இளம் இசையமைப்பாளர்கள் கம்ப்யூட்டர் இசையைப் பயன்படுத்தாதீர்கள், தூக்கி எறியுங்கள். மூளையைப் பயன்படுத்துங்கள்.

அண்ணன் எம்எஸ்வி இசையில் என் இளம் வயதில் நான் கேட்ட பாடல் "மாலைப் பொழுதின் மயக்கத்திலே கனவு கண்டேன் தோழி... என்ன ஒரு அற்புதமான பாட்டு அது. புத்தகப்பையை தூக்கிக் கொண்டு கோம்பை பள்ளிக் கூடத்துக்குச் சென்று கொண்டிருந்த போது இந்தப் பாடலைக் கேட்டேன். என்னை அறியாமல் அந்தப் பாடலுக்குள் போய்விட்டேன்.

அந்தப் பாடலில் வரும் 'தெளிவும் அறியாது முடிவும் தெரியாது மயங்குது எதிர்காலம்' என்ற வரிகள் என் எதிர்காலம் பற்றி அந்த வயதிலேயே யோசிக்க வைத்தன. ஒரு சமூகத்தையே யோசிக்க வைக்கும் அந்த வரிகளும் இசையும்தான் உண்மையான கலைவடிவம்.

ஆனால் அண்ணனும் கவிஞரும் அடுத்த ஒரு படத்தில் இன்னொரு பாடல் தந்தனர்.

எதிர்காலத்தை நினைத்து கலங்காதே என்பதை உணர்த்தும்படியான பாடல் அது...

"மயக்கமா கலக்கமா மனதிலே குழப்பமா வாழ்க்கையில் நடுக்கமா.."

இந்தப் பாடலில் வரும், "வாழ்க்கை என்றால் ஆயிரம் இருக்கும் வாசல் தோறும் வேதனை இருக்கும்... உனக்கும் கீழே உள்ளவர் கோடி நினைத்து பார்த்து நிம்மதி நாடு" என்ற இந்த வரிகள்தான் கஷ்டப்படும் போது எனக்கு நம்பிக்கை ஊட்டின என்று கவிஞர் வாலி என்னிடம் சொல்லி இருக்கிறார்.

தேனி கண்ணன் ● 113

"மாடிமேல மாடி கட்டி கோடி கோடி சேர்த்து வைத்த சீமானே", "பால் இருக்கும் பழம் இருக்கும் பசி இருக்காது", "நெஞ்சம் மறப்பதில்லை அது நினைவை இழப்பதில்லை", "நிலவே என்னிடம் நெருங்காதே நீ நினைக்கும் இடத்தில் நான் இல்லை" போன்ற அற்புதமான பாடல்களைக் கொடுத்தார் அண்ணன் எம்எஸ்வி.

தனா, தனா, தனா என்ற சந்தத்தை மட்டுமே பயன்படுத்தி "வான் நிலா நிலா அல்ல உன் வாலிபம் நிலா" பாடலை கொடுத்தார். அவர் இசையில் ஒழுக்கம் இருந்தது. இப்போதைய இசையில் ஒழுக்கம் தவிர மற்ற எல்லாமும் இருக்கிறது" என்றார்.

நிகழ்ச்சியில் விஸ்வநாதன் வேலை வேணும், பாலிருக்கும் பழமிருக்கும் போன்ற பாடலின் மெட்டுகளுக்கு, தன் அண்ணன் பாவலர் வரதராஜன் எழுதிய பாடல் வரிகளையும் பாடிக் காட்டினார். அப்போது கரகோஷம் அரங்கை அதிர வைத்தது.

அப்போது எம்.எஸ்.வி. குறித்து ரஜினியின் கருத்தைக் கேட்டார் இளையராஜா.

அதற்கு ரஜினி கூறிய பதில்:

திறமை என்பது கடவுள் கொடுப்பது. பெற்ற தாய், தந்தையிடம் இருந்து அது வருவதில்லை. ஜென்மம் ஜென்மமாக வரக்கூடியது. அது ஒரு பிராப்தாம். சரஸ்வதி கடாட்சம். எம். எஸ். விஸ்வநாதனுக்கு அது கிடைத்திருக்கிறது.

பணம், பெயர், புகழ் போன்றவை வரும்போது தலைகால் நிற்காது. ஆனால் எம். எஸ். விஸ்வநாதனிடம் சிறு கடுகளவுகூட தலைக்கனம் இல்லை. அவர் ஒரு இசை கடவுள்," என்றார்.

அடுத்து, இந்த திரையுலகம் மிகப் பெரியது. எவ்வளவோ பேர் இருக்காங்க. நான் யாரையும் இந்த நிகழ்ச்சிக்கு அழைக்கவில்லை. உங்களைக் கூட அழைக்கவில்லை. ஆனால் நீங்களாக வந்து அமர்ந்து ரசிக்கிறீர்கள். இங்கு வரவேண்டும் என உங்களைத் தூண்டியது எது?" என்றார்.

அதற்கு பதிலளித்த ரஜினி, "1960 மற்றும் 70 காலகட்டத்தில் ஜாம்பவான்களாக நடிகர்கள், டைரக்டர்கள், பாடகர்கள் பலர் இருந்தனர். எம்.ஜி.ஆர் சார், சிவாஜி சார், பாலசந்தர், ஸ்ரீதர், டி. எம். சவுந்தரராஜன், சீனிவாஸ், பி. சுசீலா என எல்லோரையும் புகழ் உச்சிக்குக் கொண்டு சென்றவர் எம். எஸ். விஸ்வநாதன்.

ராமருக்கு உதவிய அனுமன் போல் செயல்பட்டாலும், ஒரு அணில் மாதிரியே வாழ்ந்தார். அப்படிப்பட்ட ஒரு மகானை நான் பார்த்தது இல்லை. இனியும் பார்க்கப்போவது இல்லை. அப்பேர்ப்பட்ட மகானின் இசை பற்றி நீங்கள் சொல்வதைக் கேட்க வேண்டும், உங்களைக் கவர்ந்த அவரது பாடல்கள் என்ன என்பதைத் தெரிந்து கொள்ள வேண்டும் என்பதற்காகத்தான் இந்த நிகழ்ச்சிக்கு வந்தேன்," என சொன்ன ரஜினி உணர்ச்சிவசப்பட்டு கண் கலங்கினார்.

ரஜினியின் இந்த பதிலைக் கேட்ட இளையராஜா ஒரு கணம் அமைதியாகிவிட்டார். அடுத்து, "சாமி, நீங்க உண்மையிலேயே சூப்பர் ஸ்டார்... சூப்பர்" என்றார்.

* * *

தலயும் தலைமை பண்பும்

ரஜினிக்கு எப்போதுமே அஜித் மீது தனி பாசம் உண்டு. இதற்கு நடிப்பை முதலீடாக வைத்து அரசியலுக்குப் போகும் ஆசை அஜித்திற்கு கிடையாது என்கிற நல்லெண்ணமே காரணமாக இருக்கலாம். அஜித்தின் பேட்டிக்காக வேண்டும் அவரை சந்திக்கக் கிளம்பினேன். அஜித்தை பொறுத்தவரை அவரை பற்றி வெளி வராத 'கர்ண பரம்பரை' கதைகள் நிறைய உண்டு. தன்னிடம் வேலை செய்பவர்கள் நலனில் எப்போதும் அக்கறையோடு இருப்பார் அஜித்.

ஒரு நாள் திருவான்மியூரில் இருக்கும் அவரது வீட்டில் முன் பகுதியில் கற்பலகைகள் பதிக்கும் வேலை நடந்துகொண்டிருந்தது. அதை செய்து கொண்டிருந்தவருக்கு ஐம்பது வயது இருக்கலாம்,. மெலிந்த தேகம். ஒவ்வொரு கல்லாக எடுத்து வைத்துகொண்டிருந்தவர் வெய்யிலின் உக்கிரம் தாங்காமல் சுவர் ஓரமாக சிறிது நேரம் ஒதுங்கி உட்கார்ந்திருக்கிறார். அப்போது வீட்டிற்குள் இருந்த அஜித் வெளியே வர, பெரியவர் பதறி "இதோ முடிச்சிடுறேன் சார்" என்றிருக்கிறார். உடனே அஜித், "ஐயா நீங்க உட்காருங்க" என்று சொல்லிவிட்டு அவரே ஒவ்வொரு கல்லாக எடுத்து பதிக்க ஆரம்பித்து விட்டார்.

"தம்பி உங்களுக்கு எதுக்கு இந்த வேலை" என்று அந்த பெரியவர் எவ்வளவோ தடுத்தும் எல்லா கற்களையும் பதித்து விட்டுதான் நிறுத்தியிருக்கிறார். பெரியவருக்கு உரிய சம்பளத்திற்கும் மேலாக கொடுத்து அனுப்பியிருக்கிறார் அஜித். அதே போல் வீட்டில் வழக்கமாக வீட்டு வேலை செய்ய வரும் பெண் ஒரு நாள் தாமதமாக வந்திருக்கிறார். "ரெண்டுநாளா உடம்புக்கு சரியில்லைய்யா அதான் வர லேட்டாகிடுச்சு" என்றிருக்கிறார். இதை வீட்டிற்குள்ளிருந்து கேட்டுக்கொண்டிருந்த அஜித், "இன்னைக்கு நீங்க இங்கேயே ஒரு இடத்தில் உட்காருங்க என்று அவருக்கு சுடச்சுட டீயை போட்டுக்கொடுத்து விட்டு, மள மளவென்று

சமையல் வேலையிலும் இறங்கிவிட்டாராம். மதியம் அந்த வேலைக்கார அம்மாவுக்கு அஜித்தே பரிமாறி சாப்பிட வைத்து அனுப்பியிருக்கிறார்.

அஜித் வீட்டின் முன் அறை, அது ஒரு மினி தியேட்டர் போலிருக்கிறது. சிறிது நேரத்தில் கருப்பு டிஷர்ட், ஷாட்ஸ் போட்டு அறைக்குள் வந்தார். "வாங்க பாஸ்" என்றபடி கைகுலுக்கினார். "என்ன சாப்பிடுறீங்க காபி, டீ" என்று அவரே சாய்ஸ் கேட்கிறார். நான் தயங்கியபடி அமைதியாக இருந்தேன். "ஏன் பாஸ் தயங்குறீங்க என்ன வேணும் சொல்லுங்க" என்று மறுபடியும் கேட்க, "எனக்கு மோர் வேணும் கிடைக்குமா" என்றதும், ஒரு நிமிடம் என்னை பார்த்து சிரித்து விட்டு, "இதுதான் எனக்கு பிடிக்கும் நமக்கு என்ன வேணும்கிறதை நாமதான் தீர்மானிக்கனும்" என்று விருட்டென்று எழுந்து ஃபிரிட்ஜை திறந்து அவரே மோர் கலக்க ஆரம்பித்தார். "இன்னொரு க்ளாஸ் வேணுமா கண்ணன்" என்று கேட்டார் "போகும்போது குடிச்சுக்கிறேன்" என்றேன். "பேட்டியை ஆரம்பிக்கலாமா சார்" "எதுக்கு கண்ணன் பேட்டியெல்லாம் சும்மா பேசிக்கலாம்" என்று சொல்லவும் நானும் அதை ஏற்றுக்கொண்டேன்.

'பில்லா 2' படத்தில் ஒரு ஹெலிகாபட்டர் ஷாட்டில் அதன் கதவை திறந்து வைத்து வாசலில் நின்றபடி பறப்பார். "ஏன் இவ்வளவு ரிஸ்க் எடுக்குறீங்க" என்று கேட்டேன். இந்த கேள்வியை வேறு ஒரு ஹீரோவிடம் கேட்டிருந்தால் "ஆமாம் சார் ரிஸ்க் எடுக்குறதெல்லாம் எனக்கு ரஸ்க் சாப்பிடுற மாதிரி" என்று சொல்லிக்கொண்டிருப்பார். ஆனால் அஜித், "சேஃப்டிக்கு இடுப்பில் கம்பி கட்டியிருந்தேன் பாஸ். ஆனால் படத்தில் அது தெரியாது. இந்தக் காட்சியை க்ராஃபிக்ஸில் கூட எடுத்திருக்கலாம் ஆனால் படம் பார்க்க வரும் என் ரசிகர்கள் திருப்தியாகனும், அந்த த்ரில்லிங்கை அவங்களும் அனுபவிக்கனும் அதுக்காகத்தான் அந்த ரிஸ்க்கை எடுத்தேன்" என்றார். சட்டென்று "நீங்கள் ஹெல்மெட் போடுறீங்களா" என்றார் "இல்லை" என்றேன். "அப்ப நீங்களும் ரிஸ்க் எடுக்குறீங்கனுதான் அர்த்தம். இனிமேல் ஹெல்மெட் போட்டு வண்டி ஓட்டுங்க. எதுல இல்ல ரிஸ்க்" என்று அக்கறைபட்டவரிடம் 'ஏன் எப்போதும் தனிமையிலே இருக்கீங்க?" என்றேன்.

"நானும் ஒரு காலத்தில் நண்பர்களோடு இருந்தவன்தான் ஆனால் அதெல்லாம் ஒருகாலம். இப்போ எனக்கு நானே நண்பன். சினிமா இல்லைன்னாலும் இந்த அஜித் இருப்பான்னு

நம்புற என்னை புரிஞ்சவங்க சிலர் இருக்காங்க. அது போதும் வாழ்க்கை நல்லபடியாக போய்கிட்டிருக்கு. சினிமா இல்லைன்னா எத்தனையோ வேலைகள் இருக்கு அதை செய்து பிழைச்சுக்குவான் இந்த அஜித். என்று சொல்லிவிட்டு மௌனம் காத்தார்.

பிறகு அவரே எழுந்து மீண்டும் எனக்கு பிடித்த மோரை கலந்து கொடுத்தார். நான் குடித்துக்கொண்டே, "எப்படி சார் ரஜினி உங்ககிட்ட இவ்வளவு அன்பாக இருக்கார்" என்றேன். இப்படிக்கேட்டதும் மெதுவாகத் தலையாட்டிக் கொண்டே "அது எங்க அம்மா அப்பா செய்த புண்ணியம் பாஸ். என்னை பொறுத்தவரை ரஜினி சார் எனக்கு கடவுள் மாதிரி. அவர் எனக்கு சில விஷயங்களில் வழிகாட்டியா இருக்கார். என் வாழ்க்கையில் முக்கியமானவர்" என்று அவர் சொல்லிக்கொண்டிருக்க அவர் கை தானாக கும்பிடுகிறது. "தயவுசெய்து இந்த விஷயத்தை பேட்டியில் எழுதாதீங்க பாஸ். அவரை எனக்காக விளம்பரத்துக்கு பயன்படுத்திக்கறதா யாரும் நினைச்சிடக்கூடாது" என்று கேட்டுக்கொண்டார். அவர் சொன்னதுபோலவே நான் அந்த விஷயத்தை பேட்டியில் எழுதவில்லை. அதை நான் எழுதியிருந்தால் அஜித் சொன்னதுபோல ரஜினி பற்றிய டைட்டிலைதான் அட்டையில் போட்டு கட்டுரை வந்திருக்கும். அப்படி வராததில் அஜித்திற்கு ரொம்பவே திருப்தி. அதை பிறகு ஒருநாள் நான் அவரிடம் பேசும்போது தெரிந்துகொண்டேன்.

இப்படி விளம்பரத்தை விரும்பாத மனிதராக அஜித் இருக்கும் சினிமாவில்தான் அதற்கு எதிர்மாறான எண்ணம் கொண்டவர்களும் இருக்கிறார்கள்.

அப்போது குங்குமம் இதழில் வேலைசெய்துகொண்டிருந்தேன். ஒரு அரசியல் தலைவர் ஹீரோ போல் ஒரு படத்தில் நடித்துக்கொண்டிருந்தார். படம் மெதுவாக வளர்ந்து கொண்டிருந்தது. படத்திற்கு ஒரு பெரிய விளம்பரத்தை எதிர்பார்த்த இயக்குனர் அதற்காக பல்வேறு முயற்சிகளை மேற்கொண்டிருந்தார். அவர் எனக்கும் நண்பர்தான். ஒருநாள் எனக்கு போன் வந்தது. "கண்ணன் நான் சொல்றதை கவனமா கேளுங்க. என்னை ஒரு கும்பல் கடத்தி சாலிகிராமத்துல இருக்குற ஒரு லாட்ஜில் அடைச்சு வெச்சிருக்காங்க. நான் அவங்களுக்கு தெரியாமல் போன் பண்றேன். நீங்க ரூம் நம்பர் 201 க்கு எப்படியாவது சரியா 3. 30 மணிக்கு வந்து காப்பாத்துங்க" என்று ரகசிய குரலில் பேசி போனை வைத்தார். நான் பரபரப்பானேன். ஆனால் லேசான சந்தேகம். இருந்தாலும் அவர் என் நண்பர் லாட்ஜை கண்டுபிடிக்கனுமே

என்று அவர் குறிப்பிட்ட நேரத்திற்கு முன்பே அந்த இடத்துக்கு நான் சென்று விட்டேன்.

சாலிகிராமம் முழுதும் அந்த லாட்ஜ் இருக்கும் இடத்தைத் தேடி அலைந்து ஒரு வழியாக கண்டுபிடித்துவிட்டேன். இரண்டு மணிக்கே அங்கிருந்தேன். பக்கத்தில் இருக்கும் டீக்கடையிலிருந்து லாட்ஜை நோட்டம் விடலாம் என்று நினைத்து டீக்கடைக்குப் போனேன். டீக்கடையில் அந்தக் காட்சியைப் பார்த்து ஷாக் ஆகிவிட்டேன். பின்னே, தன்னை கடத்திட்டதா சொன்ன அந்த இயக்குனர் லுங்கியை கட்டிக்கொண்டு டீக்கடையில் ஹாயாக பஜ்ஜி சாப்பிட்டுக்கொண்டிருந்தார். என்னைப் பார்த்ததும் அவருக்குப் பெரிய ஷாக். '3. 30 மணிக்குதானே வரச்சொல்லியிருந்தோம் இவ்வளவு சீக்கிரமா வந்துட்டானே' என்று அவர் முகத்தில் அதிர்ச்சியும் குழப்பமும் கூடவே அசடும் வழிந்ததைப் பார்க்க முடிந்தது.

அவர் எண்ணமெல்லாம் அன்று மாலை செய்தித்தாளில் 'அரசியல் தலைவர் நடிக்கும் படத்தின் இயக்குனர் கடத்தல்' என்ற செய்தி வந்துவிடும் அவருடைய தொண்டர்கள் எல்லாம் தமிழ் நாடு முழுதும் மறியல், கடையடைப்பு என்று இறங்கி விடுவார்கள் இந்த விளம்பரமே போதும் படத்தை ரிலீஸ் செய்துடலாம் என்பதுதான். ஆனால் எனக்கு ஏற்பட்ட சின்ன சந்தேகத்தால் அலுவலகத்தில் சொல்லாமல் முதலில் நாம் சென்று பார்த்துவிடலாம் என்று களமிறங்கினேன். பெரிய விளம்பர யுக்தி பலிக்காமல் போனது அவருக்குத் தோல்வி. எனக்கு வெற்றி.

* * *

தேனி கண்ணன்

சிரிப்பு வைத்தியர் வடிவேலு

நம்முடைய வாழ்க்கையில நமக்கு கிடைக்கணும்னு சில விஷயங்கள் நியமிக்கப்பட்டிருக்கும். சந்தர்ப்ப சூழ்நிலையால் நாமே அந்த விஷயத்தை தவிர்த்திருக்கலாம். ஆனால் காலப்போக்கில் நாம் தவறவிட்ட அந்த விஷயம் வேறு வடிவத்தில் நமக்கு தெரியாமலே நம்மோடு இருக்கும்.

அன்றைக்கு சரியான மழை. காலையில் அலுவலகத்திற்கு வண்டியில் வந்து கொண்டிருந்தேன். தண்ணியும் ட்ராஃபிக்கும் சென்னையை நிரப்பியிருந்தது . இந்த நேரத்திலா என் செல்போன் அடிக்க வேண்டும். ஓரமாக வண்டியை நிறுத்தி விட்டு போனை எடுத்தேன். "என்ன பங்காளி எங்க இருக்கீக" எதிர் பக்கம் வடிவேலு அண்ணன். "மழைக்குள்ள மாட்டிகிட்டிருக்கேண்ணே"" "சரி சாயங்காலம் ஆபீஸ் பக்கம் வர்றீகளா""என்றார். அப்போது சிங்கமுத்துவிற்கும், அவருக்கும் தகராறு உச்சத்தில் இருந்தது. அதனால் அடிக்கடி என்னோடும் நான் அவரோடும் பேசிக்கொண்டிருந்தோம் இந்த விஷயம் தான் பேசக் கூப்பிடுறாரோன்னு "மழையா இருக்கேண்ணே" என்றேன் "அதுக்கு தான் வரச்சொல்றேன் பங்காளி என்று 'கெக்கே பிக்கே'ன்னு சிரித்து விட்டு போனை வைத்தார். எனக்கு புரிந்து போனது இன்னைக்கு கச்சேரிதான்.

சாயங்காலம் ஆறு மணிக்கு வடிவேல் ஆபீஸில் இருந்தேன். அங்கு அவரோடு திரையில் காமெடி பண்ணும் சிலர் இருந்தனர். முத்தையாண்ணனும் இருந்தார். சாயந்தரம் நேரம் அவர் ஆபீஸுக்கு போனால் சின்னச் சின்னதா மசால் வடை சூடா கிடைக்கும். இது வடிவேலுக்கு ரொம்பவும் பிடிச்ச அயிட்டம். வடை சாப்பிட்டு முடிச்சேன். அரை மணிநேரம் ஆனது. அண்ணனுக்கு போன் அடிச்சேன். "இந்தா வந்தாச்சு வந்தாச்சு" என்றார். நேரம் ஆகிக்கொண்டேயிருந்தது. ஆள் வந்தபாடில்லை. "என்னண்ணே இன்னும் காணோம்" என்று

முத்தையாண்ணன்கிட்டே சலிச்சுக்கிட்டேன். அவர் வெளியே போய் பார்த்துட்டு வந்து. "வாசல்ல கார் இருக்கு. கண்ணன் ஆனா அவர் எங்க போனார்னு தெரியலையே" என்று அவரும் குழம்பினார். அந்த கார் வாங்கி ரெண்டு, மூணு நாள் தான் ஆகியிருந்தது என்பதையும் சொன்னார் முத்தையா. எங்க போயிருப்பார்னு ஒண்ணும் புரியல. நான் வீட்டுக்கு கிளம்பலாம்னு தயாராகிட்டேன்.

அந்த நேரம் பார்த்து உள்ள வ்ந்தார் வடிவேலு. "என்னண்ணே எங்க போனீங்க. என்னாச்சு"னு நான் கேட்க, "அந்தக் கொடுமைய எப்படிண்ணே என் வாயால சொல்லுவேன்... யேய் அந்த டிரைவரை கூப்புடு" என்று சொல்ல, டிரைவர் வந்து நின்றார். அவர் முகத்தில் நக்கலான சிரிப்பு தெரிந்தது. ஆனால் அதை அவர் மறைக்க முயன்றும் முடியவில்லை அண்ணன் ஆரம்பிததார், "ஏன்டா எத்தன நாளா காத்திருந்த, ஆள கொல்லப் பார்த்தியேடா" என்று கச்சாமுச்சானு கத்தினார். எனக்கு ஒண்ணும் புரியல. அப்புறம்தான் விஷயத்தைச் சொன்னார். "பங்காளி இந்த கார் புதுசு. இறங்கிட்டு கதவை சாத்தினோம்னா லாக் ஆகிடும் உள்ளருந்து திறக்க முடியாது வெளியேயிருந்துதான் திறக்க முடியும். இவன் என்ன பண்ணினான்னா வழக்கம் போல நான் இறங்கிட்டேன்னு நெனச்சு கதவை சாத்திட்டுப் போயிட்டான். நான் போன் பேசிக்கிட்டே உள்ள உட்கார்ந்துட்டேன். பேசி முடிச்ச பிறகு தான் தெரியுது. நான் மாட்டிக்கிட்ட விஷயம். இந்த பயலுக்கு போன் போட்டா எடுக்கவே இல்ல... ஏண்டா என்னை பார்த்தா எப்படி தெரியுது" என்று விளக்க எனக்கு சிரிப்பை அடக்க முடியல. வந்து நின்ற டிரைவரும் சிரித்து விட, "ஏண்டா நான் சீரியஸா பேசிக்கிட்டிருக்கேன் நீ சிரிச்சுகிட்டிருக்க" என்று கோபப்பட டிரைவரோ "அப்ப காலைல வர்றேன்" என்று எஸ்கேப் ஆனார். "பார்த்தீங்களா பங்காளி இந்த மூஞ்சிய பார்த்தா சிரிக்கிறாய்ங்களே தவிர சீரியஸா பார்க்க மாட்டேங்கிறாய்ங்க..." என்று சொல்லி விட்டு எல்லோரையும் அனுப்பி விட்டு ரெண்டு பேரும் பேச ஆரம்பித்தோம்.

ஆனால் நேரம் ஆகிவிட்டதால் எனக்கு வீட்டிலிருந்து போன் மேல் போன் வந்து கொண்டேயிருந்தது. சட்டென்று என்கிட்டேயிருந்து போனை வாங்கிய வடிவேல் என் மனைவியிடம் பேசினார். "தங்கச்சி நான் வடிவேலு பேசுறேம்மா. நல்லாயிருக்கீகளா, மாப்ள எப்புடி இருக்கான். அண்ணனும் நானும் பேசிக்கிட்டிருக்கோம் சீக்கிரம் அனுப்பி வைக்கிறேன்

தங்கச்சி" என்று போனை என்கிட்டே கொடுக்க, என் மனைவி நம்ப முடியாமல் "ஏங்க வடிவேல் சாரா பேசுனாரு" என்று பரவசப்பட்டார். இதுதான் சாக்கு என்று நானும் "முக்கியமான விஷயம் பேசுறோம் வர லேட்டாகும்"னு சொல்லி போனை வெச்சுட்டேன். இது மாதிரியான தருணங்களில் ஒரு கலைஞனோடு தனிமையில் பேசிக் கொண்டே இருப்பது முக்கியமான விஷயம். அதுவும் நாட்டுக்கே சிரிப்பு வைத்தியம் பார்க்கும் வடிவேலுவுடன் இருந்தால் எப்படியிருக்கும் பாருங்கள். படம் ரிலீஸாவதற்கு முன்பே அந்த படத்தின் காமெடி காட்சியை நடித்துக் காண்பிப்பார். சிரிப்பதற்கு ஒரு வாய் பத்தாது... அவர் சந்தோஷமா இருந்தாலும், சோகமாக இருந்தாலும் பாடுற ஒரே பாட்டு 'கண்ணை நம்பாதே உன்னை ஏமாற்றும் நீ காணும் தோற்றம்ஞ்'என்ற பாட்டுதான்.

"அண்ணே இதே ஏரியவில ஒரு சினிமா கம்பெனியில ஒரு மூலைல முடங்கிக் கிடப்பேன். அங்க ராவு பூராவும் டைரக்டருங்க வந்து போயிகிட்டே இருப்பாங்க. தூங்கவே முடியாது. அவங்களுக்கு நடுச்சாமத்துல எழுந்து டீ வாங்க நூறடி ரோட்டுக்கு நடந்தே வருவேன். சில நாள் காலைல நாலு மணிக்குதான் தூங்க போவேன். அடுத்த குரூப்பு வந்ததுருவாய்ங்க. அப்பறம் எங்க தூங்கறது. இப்படியே பல நாள் போயிரும்ண்ணே" என்று சொல்லிவிட்டு, "பொய்மை எப்போதும் ஓங்குவதும் இல்லை... உண்மை எப்போதும் தூங்குவதும் இல்லை" அவர் பாடி முடித்த போது கண்ணில் கண்ணீரோடு என்னையும் கலங்க வைத்தார்.

மணி நள்ளிரவு 1 மணியாகியிருந்தது. "நான் வீட்டுக்கு கிளம்புறேண்ணே... "இந்நேரத்துக்கு எப்படி வண்டியில போவீங்க. வண்டிய ஆபீஸ்ல போடுங்க. என் கார்லயே வீட்டுக்குப் போங்க" என்று சொன்னார்.

* * *

நாச்சிக்குப்பத்தில் பிறந்த ரஜினி நாடாளக்கூடாதா?

எந்த ஆண்டும் இல்லாத வகையில் இந்த வருடம் சூப்பர் ஸ்டார் ரஜினியின் பிறந்தநாள் ரசிகர்களிடையே பெரிய எதிர்பார்ப்பை ஏற்படுத்தியுள்ளது.

காரணம் அவர் பிறந்த நாளும் அவர் நடித்த படமும் ஒரே நாளில் வந்திருப்பது இதுதான் முதல் முறை. இந்த ஆண்டும் அவரது அரசியல் வருகை பற்றிய பேச்சு எழுந்து பரவிக்கொண்டுதான் இருக்கிறது.

இந்த முறை மத்தியில் பி.ஜே.பி. அரசு அமைந்திருப்பதும் நரேந்திர மோடியுடன் ரஜினிக்கு இருக்கும் நட்பும் கூடுதல் பலமாக சேர்ந்து கொண்டு ரஜினியின் அரசியல் பிரவேசப் பேச்சுக்கு வலு சேர்த்திருக்கிறது.

ரஜினி அரசியலுக்கு வந்தால் வெற்றி தோல்வி என்பது ஒரு பக்கமிருந்தாலும், அவர் அரசியல் பிரவேசம் செய்தால் இப்போது அரசியல் சந்தையில் கடை போட்டிருக்கும் பல பழுத்த வியாபாரிகள் தங்கள் கடையை மூட்டை கட்ட வேண்டிய நிலை வரும் என்பதுதான் உண்மை.

ரஜினி எப்போது அரசியல் பற்றி பேசினாலும், யாரையாவது வைத்து அவருக்கு ஒரு வித தயக்கத்தை ஏற்படுத்துவார்கள். 'உங்களை விட சீனியர் உங்கள் நண்பர் அரசியல்ல இருக்கார். அவரை எதிர்த்து எப்படி நீங்கள் அரசியல் செய்ய முடியும்' என்று ரஜினியின் காதில் போட்டு வைப்பார்கள். இன ரீதியாக அவரை தனிமைப்படுத்தும் முயற்சி இது. காரணம் ரஜினியிடம் நேரடியாக 'நீ அரசியலுக்கு வந்தால் கர்நாடக முத்திரை குத்திவிடுவோம்'; என்று சொல்ல முடியாதல்லவா.

இப்படிதான் ஒவ்வொரு முறையும் ரஜினியை அடக்கி வைத்தார்கள், அரசியல்வாதிகளின் தூதுவர்களாக செயல்படும்

தேனி கண்ணன் ● 123

வெள்ளித்திரை வியபாரிகள்... ரஜினி கலந்து கொண்ட லிங்கா படவிழாவிலும் இதுதான் நடந்தது.

கூட்டமே ரஜினியின் அரசியல் பிரவேசம் பற்றிய அறிவிப்புக்கு ஆர்வமுடன் காத்துக்கொண்டிருக்க, இடையில் பேச வந்த வைரமுத்து ரசிகர்களை பார்த்து 'ரஜினியை நீங்கள் கடவுள் என்கிறீர்கள், தேவதூதர் என்கிறீர்கள், வருங்கால முதல்வர் என்கிறீர்கள்... ஆனால் தான் யார் என்பது ரஜினிக்குத் தெரியும்' என்று பேசுகிறார்.

இது ரஜினிக்கு மறைமுகமாக விடப்பட்ட சவாலாகவே அங்கிருந்த ரஜினி ரசிகர்கள் பார்த்தார்கள். ஆனால் ரஜினி பேசும்போது. "நான் அரசியலுக்கு வரணும்னு எல்லோரும் பேசுறீங்க. அது பிரச்சனையில்ல. அப்படி நான் வந்தால் உங்களை போன்ற அன்பான ரசிகர்களை மிதித்து அந்த இடத்துக்குப் போக வேண்டியிருக்கும். சரி போயிட்டேன்னு வெச்சுக்கோங்க போயி உங்களுக்கு நல்லது செய்ய முடியுமான்னுதான் யோசிக்கிறேன்," என்று நீண்ட நாளைக்குப்பிறகு அரசியல் குறித்து கொஞ்சம் வெளிப்படையாகவே பேசினார்.

தன்னுடைய அரசியல் பிரவேசத்தால் அதிகம் பாதிக்கப்படப்போவது யார் என்பது ரஜினிக்கும் தெரியும். அதனாலும் அமைதி காத்தார். ரஜினி மீது அரசியல்வாதிகள் ஏவும் பிரம்மாஸ்திரமான கர்நாடக அம்பும் முறிந்து போய் பல நாட்களாகி விட்டன என்பது எத்தனை பேருக்கு தெரியும்?

ரஜினி பிறந்தது தமிழகத்தின் எல்லையில் அமைந்திருக்கும் கிருஷ்ணகிரியில் இருக்கும் நாச்சிக்குப்பம் என்ற குக்கிராமம். இங்கு ரஜினியின் அம்மா, அப்பா வசித்த வீடும் ரஜினி பிறந்த வீடும் இப்போதும் பாழடைந்த நிலையில் இருக்கின்றன. அந்த வீட்டிற்குள் போனால் இப்போதும் குடும்ப உறுப்பினர்களோடு ஒரு ஓரத்தில் சிவாஜிராவாக ரஜினி நிற்கும் பழைய போட்டோவைப் பார்க்கலாம்.

இந்த தமிழ் மண்ணில் பிறந்த தமிழன்தான் ரஜினி என்பதற்கு அந்த கிராமத்தில் நிறைய சாட்சிகள் இப்போதும் இருக்கிறது. ரஜினியின் உறவுமுறையின் நினைவாக இன்றும் அந்த வீட்டில் அவரது தாய் வழி உறவினர்கள் வசித்து வருகிறார்கள். அந்த கிராமத்திற்கு ரஜினி பொது மக்களுக்கு பயன்படும் வகையில் உயர்நிலை குடிநீர் தொட்டியும் கட்டிக்கொடுத்திருக்கிறார்.

மனிதர்களுக்கு மட்டுமின்றி கால்நடைகளுக்கு தனியாக தாகம் தீர்க்க வழி செய்திருக்கிறார். இன்னும் தன்னுடைய தாய் தந்தையர் நினைவாக திருமண மண்டபம் கட்ட ஆரம்ப கட்ட பணிகளையும் செய்து வைத்துள்ளார்.

காலம் யாரை எங்கு எப்போது கொண்டு வந்து நிறுத்தும் என்று சொல்ல முடியாது.

இலங்கையில் பிறந்த எம்.ஜி.ஆரே நம் இதயத்தில் வாழும்போது தமிழ்நாட்டில் நாச்சிக்குப்பத்தில் பிறந்த ரஜினி நாடாளக்கூடாதா என்ன?

* * *

இளையராஜா சொன்ன குபேர ரகசியம்

இப்போது குபேர தெய்வத்தை வணங்குவது புதிய வழக்கமாக இருக்கிறது. இது பற்றி இசைஞானி இளையராஜா எழுதிய கட்டுரை இது.

நெடுஞ்சாலையில் போகும் போது ரோட்டின் பல இடங்களில் குபேரன் கோவில் என்று எழுதி வைத்திருப்பதைப் பார்க்க முடிந்தது.

குபேரனுக்கும் கோவில் கட்டியிருக்கிறார்களே?-என்று ஆச்சரியமாக இருந்தது. இந்த கோவில்களே மக்கள் மத்தியில் குபேரனை வணங்கி வரலாம் என்று உள்ளே செல்லவும்-வணங்கவும் . பூஜை செய்யவும் ஒரு நம்பிக்கையை ஏற்படுத்தி விட்டது.

நமது முன்னோர்கள் எது எதற்கு கோவில் கட்டியிருக்கிறார்கள் என்று நமக்கு தெரியும் அதை மட்டுமே நாம் செய்தால் போதாதா?

ஜனத்தொகை கூடுகிறது... வீடுகள் சிற்றூராகிறது. –ஊர்–பேரூராகிறது. பேரூர் நகரமாகிறது.

நகரங்கள் பெருகப்பெருக ஆங்காங்கே வீடுகள் கட்டப்படுவதை போலவே கே.எஃப்சி, மெக்டொனால்ஸ் போன்றவைகளும், சூப்பர் மார்க்கெட்களும் வந்து விடுகின்றன.

கோவில்கள் வரவேண்டாமா? அதுவும் பெரும் அளவில் கட்டப்படுகின்றன. அதில் இதுவரை கோவில் கட்டப்படவில்லை என்று பார்த்து வியாபார நோக்கத்தோடு கோவில் கட்டும் நபர்கள் இது போல குபேரன் கோவில் என்று கட்டி விடுகிறார்கள்.

திருவண்ணாமலையில் கூட குபேரலிங்கம் அடையாளம் இல்லாமல் இருந்தது. அது இன்று மற்ற லிங்கங்களுக்கு உள்ள கோவில்களை விட மிகவும் பெரியதாகவும் விசேஷமாகவும் கட்டப்பட்டுள்ளது.

இன்று அது ஏதோ, குபேரன் லிங்கமாக இருக்கிறான் என்ற நம்பிக்கையில் மக்கள் பூஜிக்க திரள் திரளாக கூடுகின்ற அளவுக்குப் போய் விட்டது.

அது அப்படி அல்ல திருவண்ணாமலையை சுற்றி அமைந்த அஷ்டலிங்கங்கள் இந்திரலிங்கம்-அக்னிலிங்கம்-எமலிங்கம்-நிரு திலிங்கம்-சூர்யலிங்கம்-வாயுலிங்கம்-குபேரலிங்கம்-ஈசான்யலிங்கம்-என்ற எட்டு லிங்கங்கள்

இதில் இந்திரன் திருவருணை ஈசனை லிங்கம் அமைத்து வழிபட்டும் பூஜித்தது இந்திரலிங்கம்-இதை போலவே அஷ்டதிக்கு பாலர்களும் வழிபட்ட அஷ்ட லிங்கத்துள்-குபேரலிங்கம் வைத்து ஈசனை வழிபட்டதுதான் குபேர லிங்கமே ஒழிய குபேரனுக்கே லிங்கம் வைத்து யாரும் வழிபடவில்லை.

குபேரலிங்கத்தை வழிபடும் யாரும் குபேரன் பூஜை செய்த லிங்கத்தை வழிபடவில்லை அவர்களது மனதில் குபேரனையே கும்பிடுவதாகத்தான். அவர்களது எண்ணம்.

நெடுஞ்சாலைகளில் உள்ள குபேர கோவில்களில் உள்ள குபேரனுக்கு வைத்த உருவ அமைப்பை கண்டேன்.

அது குபேரனுடைய உருவம் அல்ல. அது ஜப்பானில் செல்வ செழிப்பிற்காக புத்தருக்கு (laughing budda) சிரிக்கும் புத்தர் என நன்றாக உடல் பெருத்து கொழுகொழுவென செல்வச் செழிப்போடு இருக்கும் ஓர் உருவம் கொடுத்து அதை வீடுகளில் வெறுமனே வைத்திருப்பது வழக்கம். அது விடுகளில் வரவேற்பறையில் இருக்கும்.

இது மெதுவாக இந்தோனேஷியா, சிங்கப்பூர், மலேசியா நாடுகளில் தமிழ் மக்களிடையே வேகமாக பரவி வேரூன்றி விட்டது. வெறுமனே அது வீட்டில் இருந்தால் போதும் என்று எல்லா வீடுகளிலும் அதை வாங்கி வைப்பது என்று கட்டாயமாகி விட்டது.

அதுதான் (சிரிக்கும் புத்தர்)-குபேரன் என்ற பெயரோடு இங்கே பல இடங்களில் கோவில் கட்டி வைத்து-மக்கள் மனதை-மயக்கி-மரத்துபோக வைத்திருக்கிறார்கள்

இதில் ஒரு உண்மையைச் சொல்ல வேண்டும். புராணங்களில்-குபேரனுக்கு ஐந்து கால்கள் உள்ளன என்றும் அவனுக்கு ஒற்றைக் கண் என்றும் குறிப்பிடப்பட்டுள்ளது. மேலும் அவன்

தேவர்களின் செல்வங்களுக்கு மட்டுமே அதிபதி. மானிடர்களின் செல்வங்களுக்கு அல்ல.

இந்த மாதிரியான கோவில்களுக்கு செல்வதோ-குபேரன் மனைவி சகிதம் அச்சடிக்கப்பட்ட படங்களை வாங்கி வீடுகளில் வைத்து பூஜை செய்வதோ பலன் தருமா? என்று நீங்கள் யோசிக்க வேண்டாமா?

* * *